ഗ്രീൻ ബുക്സ്
കരിങ്കൽപ്പൂവ്
എൻ. അബ്ദുൽ ഗഫൂർ

1978 ഒക്ടോബർ 11ന് മലപ്പുറം ജില്ലയിലെ മഞ്ഞപ്പെട്ടിയിൽ, നീലാമ്പ്ര മുഹമ്മദിന്റെയും ഫാത്തിമയുടെയും മകനായി ജനനം. വിദ്യാഭ്യാസം: എ.യു.പി സ്കൂൾ പാറൽ മമ്പാട്ടുമൂല, ഗവ: ഹൈസ്കൂൾ വാണിയമ്പലം, ചുങ്കത്തറ മാർത്തോമാ കോളേജ്. ഇപ്പോൾ വാണിയമ്പലം ഗവ: ഹയർസെക്കണ്ടറി സ്കൂളിൽ ക്ലാർക്ക് ആയി ജോലി നോക്കുന്നു.

കഥ

കരിങ്കൽപ്പൂവ്

എൻ. അബ്ദുൽ ഗഫൂർ

ഗ്രീൻ ബുക്സ്

green books private limited
gb building, civil lane road, ayyanthole,
thrissur- 680 003, kerala, ph: +91 487-2381066, 2381039
website: www. greenbooksindia. com
e-mail: info@greenbooksindia. com

malayalam
karingalppoovu
story
by
n. abdul gafoor

first published september 2017
copyright reserved

cover design : rajesh chalode

branches:
thrissur 0487-2422515
palakkad 0491-2546162
kannur 0497-2763038
thiruvananthapuram 8589095301

isbn : 978-93-87331-00-6

---

no part of this publication may be reproduced,
or transmitted in any form or by any means,
without prior written permission of the publisher.

GBPL/964/2017

ഉമ്മാക്ക്, വറ്റാത്ത മിഴിനനവുകൾക്ക്.
ഉപ്പാക്ക്, ജീവിതം പഠിപ്പിച്ചതിന്.
ഉടപ്പിറപ്പുകൾക്ക്, ശ്വാസമായ് ഒപ്പം നിർത്തുന്നതിന്.
ലൈലക്ക്, കിനാവുകൾ മുളപ്പിച്ചതിന്.
പിന്നെ,
ദൂരെയെവിടെയോ ഉള്ള
ഒരു വായനക്കാരന്/വായനക്കാരിക്ക്,
നിർലോഭം പിന്തുണച്ചതിന്.

കഥകൾ

അന്നം തിന്നുന്നവർ 09
ഛായാമുഖികൾ 11
ചേറ് 17
ദാഹം 24
ഡാലിയ, ഡാലിയ 34
കള്ളനും പൊലീസും 40
കള്ളപ്പന്നി 45
കണ്ണാടിയിൽ ഒരു മർയം 53
കരിങ്കൽപ്പൂവ് 61
മതിലുകൾ 62
നീലക്കണ്ണുകൾ 67
നിലാവിന്റെ വീട് 70
ഒടിയൻ 75
രോഗം 81
സീബ്രാ ലൈനിൽ ഒരു ഐശുമ്മ 88
വികലകാണ്ഡം 96

അന്നം തിന്നുന്നവർ

ബ്രോക്കർ പറഞ്ഞപ്പോൾ ഇത്രയും കരുതിയിരുന്നില്ല. ഇരുനില വീട്. പോർച്ചിൽ മാരുതി സെൻ. വെള്ളവും വെളിച്ചവുമുണ്ട്. കേബിൾ കണക്ഷനുണ്ട്. ബാത്ത് അറ്റാച്ച്ഡ് ബെഡ്റൂമുകൾ. ഡൈനിംഗ് ഹാളിലെ വലിയ ടി.വി. സ്ക്രീനിലും പുതുമണം മാറാത്ത ഫ്രിഡ്ജിലുമൊക്കെയൊന്നു തൊട്ടു തലോടി ഉമ്മയുടെ കണ്ണുകൾ, 'നിനക്കിവിടെ സ്വർഗമായിരിക്കുമല്ലോടീ' എന്നൊരു ഭാവത്തിൽ കൊച്ചുമോളുടെ മുഖത്തേക്കൊന്നു ചിരിച്ചു.

"ഉമ്മാ, ഒക്കെ ഹോം തിയ്യേറ്റർ സിസ്റ്റാ...!"

ബെഡ്റൂമിൽ പുതിയ മോഡൽ ലാപ്ടോപും കമ്പ്യൂട്ടറും കണ്ട് കൊച്ചുമോൾ മന്ത്രിച്ചു.

അകവും പുറവും ഒരുപോലെ നിറഞ്ഞ്, ബന്ധം ഉറപ്പിക്കാനുള്ള ഒരു ദിവസവും നിശ്ചയിച്ചാണ് വീടുകാഴ്ചയ്ക്കു വന്നവർ മടങ്ങിയത്.

"ഒരേയൊരു മകൻ, തനി പളുങ്ക്. ഒരു മകളും. രണ്ടും ഒരുമിച്ചങ്ങ് നടത്താനാ അവരുടെ പരിപാടി. ചെറ്ക്കന്റെ വാപ്പ ഗൾഫ് നിർത്തിപ്പോന്നതാണ്. ഗൾഫ് സമ്പാദ്യമൊക്കെ മൂപ്പര് വീട്പണിക്കും ചെറ്ക്കന്റെ പേരിൽ ടൗണിലൊര് മൊബൈൽ ഷോപ്പ് തൊടങ്ങാനുമായി അങ്ങ് പൊടിച്ചു." ബ്രോക്കർ വിശദീകരിച്ചു: "പണ്ടം അവർക്ക് യാതൊരു ഡിമാന്റുമില്ല. അവർ ഒര് പത്ത് പവൻ മെഹറ് നമ്മുടെ കുട്ടിക്ക് തെരും."

"അപ്പൊ നമ്മുടെ ഒര് നെലക്കും വെലക്കും അന്സരിച്ച്, ഒര് നൂറ് പവൻ ഓല്ക്ക് നമ്മൾ കൊട്ക്കണം. അന്നം തന്നേണല്ലോ നമ്മളും തിന്ന്ണത്. അല്ലേ മെയ്തീനേ?"

"പിന്നെ പണം. രണ്ടാക്കെയാണ് അവർ പറയുന്നത്. ഒരൊന്നൊന്നരീല് നമ്ക്കതങ്ങ് ഒറപ്പിക്കാ. ന്തേയ്?"

"അത് കിട്ടീട്ട് വേണം ഓല്ക്കാ പെണ്ണിനെ എറക്കി വിടാന്....അന്നം തന്നേണല്ലോ. അല്ലേ മെയ്തീനേ?"

അതിന് ബ്രോക്കർ വളിച്ച ഒരു ചിരി ചിരിച്ചതേയുള്ളൂ.

ബ്രോക്കർ പറഞ്ഞതിനപ്പുറം, ഒരു സമാധാനത്തിനുവേണ്ടി രഹസ്യ മായൊരന്വേഷണം നടത്താനാണ്, അവർ വരാമെന്നേറ്റതിന്റെ തലേ ദിവസം പെണ്ണിന്റെ ഉപ്പയും അമ്മാവനും കൂടി ടൗണിലൊന്നു കറങ്ങിയത്.

“എന്തായി ങ്ങള് പോയ കാര്യം?” വന്നുകയറിയ ഉടനെ ഉമ്മ ചോദിച്ചു.

“അത് നമുക്ക് ചേരൂലാമിമ്പോ? ചെക്കന് ടൗണിൽ ചെലേ കൂട്ടുകെട്ട് കളൊക്കെണ്ട്. പൊകവലീം കഞ്ചാവും, പിന്നെ...”

ഉപ്പയുടെ നിസ്സംഗത കണ്ട് ഉമ്മ തെളിയുകയാണ് ചെയ്തത്:

“ഓ.. ഇതാപ്പൊത്ര ആനക്കാര്യം! ഇന്നത്തെക്കാലത്ത് ഇതൊന്നു ല്ലാത്ത ആങ്കുട്ട്യാളെ എവടെ കിട്ടാനാ മൻസാ?”

ഉപ്പ തെളിഞ്ഞില്ല.

“അത് മാത്രല്ല, എടക്കൊക്കെ മറ്റതൂംണ്ട്ന്നാ കേട്ടത്... അത് ഞമ്മക്ക് പറ്റൂല. അന്നം...”

“ങ്ങളൊര് ഒട്ക്കത്തെ അന്നം.” ഉമ്മയുടെ നാവ് വായിൽ കിടന്ന് ഒന്നു പിടച്ചു: “ഇത് ങ്ങള് വിജാരിക്ക്ണ കാലൊന്നല്ല, കാശുള്ളോർടെ മക്കൾ സ്വല്പം വലിച്ചൂന്നും കുടിച്ചൂന്നും ഒക്കെ വെരും. ഓന് മൂക്കിപ്പല്ലും മുച്ചിറീം ഒന്നുല്ലല്ലോ. അല്ല പിന്നെ.”

“അത് ഞമ്മക്ക് സെര്യാവൂലാമിമ്പോ. ചെറ്ക്കന് വേറീം ഒര്...”

അമ്മാവനെ മുഴുവനാക്കാൻ ഉമ്മ സമ്മതിച്ചില്ല:

“അന്തസ്സ്ള്ളോർടെ മക്കളപ്പറ്റി വേണ്ടാതീനം പറയാൻ എല്ലാരൂം ണ്ടാവും. പിന്നെ, ഞമ്മളെ മോളും അത്ര മുസയഫിന്റെ നടുക്കണ്ടൊന്നു ല്ലല്ലോ. ഒക്കെ മറന്നോ ങ്ങളെല്ലാരും...?”

ഇനി ആർക്കും ഒന്നും പറയാനില്ലെന്ന് തോന്നി. പിന്നെ ശബ്ദ മൊന്നും കേട്ടില്ല.

■

ഛായാമുഖികൾ

തിയറ്ററിൽ വെച്ച് അങ്ങനെയൊരു അനുഭവമുണ്ടായതു മുതൽ മനസ്സിൽ പറയാനറിയാത്തൊരു ഉത്ക്കണ്ഠ വളരുകയായിരുന്നു. ആ കുഞ്ഞിന്റെ മുഖം കണ്ണിൽ നിന്ന് മായുന്നില്ല. ഇന്ന് വീട്ടിൽ നിന്ന് ഇറങ്ങാൻ പാടില്ലായിരുന്നു എന്ന് ഹൃദയത്തിലാരോ പിന്നെയും പിന്നെയും കുറ്റപ്പെടുത്തുന്നപോലെ...

"അമ്മയ്ക്കിനി അധികൊന്നും വേണ്ടി വരില്ല്യാ രാജീവാ...."

ഒരു പ്രാവിന്റെ ചിറകടിയൊച്ചപോലെ കാതിൽ അമ്മ പറയുന്നു. അമ്മയുടെ വായിൽ നിന്ന് എന്തെങ്കിലും കേട്ടാലേ, കുഞ്ഞിമോളുടെ മുഖം ഒരു നോക്കു കണ്ടാലേ ഒരു ദിവസം പൂർണമാകുന്നുള്ളൂ; അയാളോർത്തു.

സിനിമയുടെ വിരസതയിൽ അറിയാതൊന്നു മയങ്ങിയപ്പോൾ കുന്നിൻമുകളിൽ നിന്നും ഇറങ്ങി വന്ന ചുവന്ന കണ്ണുകളുള്ള പോത്തും ഒടുവിൽ പറന്നുയർന്ന് മൂടൽ മഞ്ഞിൽ അലിഞ്ഞുപോയ വെള്ളരിപ്രാവും അയാളെ വേട്ടയാടുകയായിരുന്നു.

ബസ്സ് ഒരു പുതിയ സിനിമാഗാനത്തിന്റെ കുതൂഹലങ്ങളുമായി കുണുങ്ങിപ്പാഞ്ഞു കൊണ്ടിരിക്കുന്നതോ, അവയവങ്ങൾ അതിന് താളമിടുന്നതോ ഒന്നും അയാൾ അറിയുന്നുണ്ടായിരുന്നില്ല. അയാളുടെ ഉള്ളിൽ നിറയെ അജ്ഞാതമായ ഒരു ഭീതിയുടെ കനൽ എരിഞ്ഞു കൊണ്ടിരുന്നു...

-കുഞ്ഞിമോൾക്ക് അസുഖം കുറഞ്ഞിരിക്കുമോ ആവോ?

വർഷങ്ങൾ നീണ്ട പ്രാർഥനകളുടെയും വഴിപാടുകളുടെയും പുണ്യമായി കിട്ടിയ കനി. ആ കുസൃതിക്കണ്ണുകളിലെ ഒരു പുഞ്ചിരി മതി ഈ ആധിയെല്ലാം ഒരു നീർപ്പോളയായി പൊട്ടിപ്പോകാൻ.

അൻവർ നിർബന്ധിച്ചതുകൊണ്ട് മാത്രമാണ് ഇന്നിതിന് ഇറങ്ങിപ്പുറപ്പെട്ടത്. വീട്ടിലെ പ്രയാസങ്ങളൊക്കെ അറിയാമായിരുന്നിട്ടും അവൻ,

"യ്യ് ബടെങ്ങനെ മൂടിക്കെട്ടിര്ന്നോ... ഒന്ന് പൊറത്ത്ക്കൊന്നും എറങ്ങണ്ട."

"ആഗ്രഹമില്ലാഞ്ഞിട്ടാണോ അൻവറേ..."

അവനെ പിന്തിരിപ്പിക്കാനാവില്ലെന്ന് അറിഞ്ഞുകൊണ്ടു തന്നെ പറഞ്ഞു:

“നിനക്കറിയില്ലേടാ ഞാനാകെ പാപ്പരാണ്. മുതലാളി ഈ മഴക്കാലം എസ്റ്റേറ്റിൽ പ്ലാസ്റ്റിക് വെച്ചിട്ടില്ല. മുതലാളിമാരുടെ സാമ്പത്തിക മാന്ദ്യം നമ്മെപ്പോലുള്ളവരുടെ നിലവിളികളാണെന്ന് അവർക്കറിയണ്ടല്ലോ. ആഴ്ചേല് രണ്ടോ മൂന്നോ പണ്യേ ഇപ്പൊ കിട്ടാറുള്ളൂ. അതോണ്ടങ്ങനെ അരിഷ്ടിച്ച്... മാത്രല്ല നമ്മൾ വരോളം വീട്ടുകാർ ഒറ്റയ്ക്ക്...”

“വീട്ടുകാർ... കുന്താ...” അൻവർ കൃത്രിമമായി ദേഷ്യപ്പെട്ടു: “മേറ്റിനിക്ക് പോയാ ഏഴരന്റെ അമ്പിളിക്ക് തിരിച്ചെത്തിക്കൂടെ? യ്യ് ബേഗം സർട്ട്. കാസിന്നു വെരും നാളെ പോകും. അതൊക്കെ ഞമ്മക്ക് അജിസ്റ്റ് ചെയ്യാന്ന്...”

ഇനിയും അവനെ നിരാശപ്പെടുത്താൻ കഴിയുമായിരുന്നില്ല. ജീവിതത്തിന്റെ ഓരോ ചുഴികളിൽ പെട്ട് നട്ടം തിരിയുമ്പോൾ പത്തോ അമ്പതോ മടികൂടാതെ എടുത്തു തരുന്നവനാണ്. അരി വാങ്ങാനായി രുക്മിണി റേഷൻകാർഡിനുള്ളിൽ കരുതിവെച്ചിരുന്ന നോട്ടെടുത്ത് ഒഴിഞ്ഞ പോക്കറ്റിലിട്ടു. കാശ് അൻവർ എടുക്കും. എന്നാലും ഒരു വഴിക്കിറങ്ങുമ്പോൾ എങ്ങനെയാണ് ഓട്ടക്കീശയുമായി...?

രുക്കുവിന്റെ തടസ്സം പറച്ചിൽ വക വെയ്ക്കാതെ അൻവറിന്റെ കൂടെയിറങ്ങുമ്പോൾ അമ്മ കിടക്കുന്ന മുറിയിലേക്ക് വിളിച്ചു ചോദിച്ചു:

“അമ്മേടെ എണ്ണേം കൊഴമ്പും തീർന്ന്ട്ട്ണ്ടോ...?”

കീശയുടെ കനം ഓർത്തുകൊണ്ടുതന്നെയാണ് ചോദിച്ചത്. അമ്മയ്ക്കതൊരു തൃപ്തിയായിക്കോട്ടെ. അകത്ത് നിന്ന് അമ്മയുടെ ചിരി കേട്ടു:

“നീ എവടയ്ക്ക് പോകുമ്പളാ ങ്ങനെ ചോദിക്കാത്തേ ന്റെ രാജീവാ, അമ്മേയ്ക്കിനി അധികൊന്നും വേണ്ടി വരില്ല്യാ.” അമ്മയുടെ ശബ്ദം അയാൾക്കു പിന്നിൽ നേർത്തില്ലാതായി.

“അല്ല, ഏത് സിനിമയ്ക്കാ പോണ്?” ബസ്സ് കാത്തുനിൽക്കുമ്പോൾ രാജീവൻ വെറുതെ ചോദിച്ചു.

“ഒരു തമിഴിന്. പുതിയ പടാണ്.” അൻവർ പറഞ്ഞു: “നല്ല അടിപൊളി പടാണ്ന്ന് ചെക്കമ്മാര് പറഞ്ഞു.” അൻവർ നല്ല ഹരത്തിലായിരുന്നു. എത്ര കാശാണവൻ ഇങ്ങനെ കളയുന്നത്! ഒറ്റാം തടിയായ അവന് കൂലിപ്പണി ചെയ്തു കിട്ടുന്ന കാശ്, വട്ടച്ചെലവ് കഴിഞ്ഞ് സ്വയം തോന്നിയെങ്കിൽ മാത്രം കൊടുത്താൽ മതി വീട്ടിൽ. ഉമ്മയെയും സഹോദരിമാരെയും നോക്കാൻ അവന് വാപ്പയുണ്ട്.

അയാൾക്കെന്തോ വല്ലായ്മ തോന്നി. എങ്കിലും അൻവറിന് മുഷിയരുതല്ലോ എന്നു കരുതി ചോദിച്ചു: “ഇപ്പൊ പോയാൽ കിട്ടുമോ?”

“എയ്തിക്കാണിക്കുമ്പോത്തിന് എത്താമ്പറ്റും.”

പുതിയ റിലീസായതുകൊണ്ട് നല്ല തിരക്ക്. രാജീവൻ ഒരുങ്ങിയപ്പോഴേക്കും അൻവർ ബ്ലാക്കിൽ ടിക്കറ്റെടുത്തുകഴിഞ്ഞിരുന്നു. തേർഡ് ക്ലാസ്സാണ് കിട്ടിയത്. ഇനി സ്ക്രീനിന്റെ ചുവട്ടിൽ പോയിരുന്ന് മേലോട്ടു നോക്കണം. രാജീവന് വല്ലാതെ മടുത്തു. ഇനിയിപ്പൊ സഹിക്കുകയേ നിവൃത്തിയുള്ളൂ. മുമ്പിലത്തെ രണ്ടാമത്തെ വരിയിൽ രണ്ടുപേർക്കും അടുത്തടുത്ത് ഇരിപ്പിടം കിട്ടിയപ്പോഴാണ് അൻവറിന് ശ്വാസം നേരെ വീണത്. ഇനി ഹരമുള്ള സീനുകൾ വരുമ്പോൾ അവന്റെ തല്ലു മുഴുവൻ കൊള്ളണം!

സ്ക്രീനിൽ പരസ്യങ്ങളുടെ മേളം. "തൊടങ്ങടാ മോനേ." പ്രേക്ഷകരുടെ പ്രതിഷേധം. 'ഇരിപ്പിടങ്ങളിൽ ചവിട്ടരുത്.' എന്ന് സ്ക്രീനിൽ വരുമ്പോൾ ഒരുപറ്റം കാലുകൾ തൊട്ടുമുമ്പിലെ ഇരിപ്പിടങ്ങളിലേക്കു നീങ്ങുന്നു. സിഗരറ്റുപുകയുടെ വലയങ്ങൾക്കിടയിലൂടെ 'പുകവലി ശിക്ഷാർഹം' എന്നു തെളിയുന്നു. ചെവി തുളയ്ക്കുന്ന വിസിലടികൾ. മരത്തിന്റെ ഇരിപ്പിടങ്ങളാണ്. മൂട്ടകളുടെ ആസ്വാദനം അറിയാനാവുന്നേയുള്ളൂ....!

ടൈറ്റിൽ തെളിയുമ്പോഴുള്ള ആരവങ്ങൾക്കിടയിലാണ്, ഏറ്റവും അറ്റത്തുള്ള മുൻവാതിലിലൂടെ ഒരു ഇരുട്ടുപോലെ ആ സ്ത്രീ കടന്നുവന്നത്. അവരുടെ മുതുകത്ത് ഒരു ഭാണ്ഡം തൂങ്ങുന്നത് അരണ്ട വെളിച്ചത്തിൽ കണ്ടു. അതിൽ നിന്ന് ഒരു കുഞ്ഞിന്റെ കരച്ചിലുയർന്നപ്പോൾ അറിയാതെ കുഞ്ഞിമോളെ ഓർത്തു. തൊട്ടുമുമ്പിലായി, അല്പം മാറി, കുഞ്ഞിനെയെടുത്ത് മടിയിൽ വെച്ചുകൊണ്ട് അവർ ഇരിപ്പുറപ്പിക്കുകയായിരുന്നു. ഇതിനിടയിൽ അൻവറിന്റെ കൈ രാജീവന്റെ പുറത്ത് ഒന്നു കൊട്ടി.

"നീയൊന്ന് അടങ്ങിയിരിക്ക് അൻവറേ..." രാജീവൻ ഞെട്ടലോടെ ചിരിച്ചു.

"അതൊക്കെണ്ടാകും ഞമ്മളെ ചെറ്ക്കന്റെ പടാണ് ഹമ്ക്കേ!" അൻവറിന് ശരിക്കും ത്രില്ലായിക്കഴിഞ്ഞിരുന്നു.

സ്ക്രീനിലെ സ്ഥിരം ചേരുവകളുടെ വിരസതയിൽ നിന്ന് കണ്ണുകൾ എപ്പോഴോ ഇറങ്ങിപ്പോയി. തന്റെ വീടിനുപുറത്ത് പെയ്യാറുള്ള തന്റെ മാത്രം രാത്രിമഴയുടെ സംഗീതത്തിൽ കുളിർന്ന്, രുക്കുവിന്റെ വിയർപ്പിനെ അറിഞ്ഞ്, ഇവയ്ക്കിടയിലെ മങ്ങിയ ഇരുട്ടിൽ ഒരു താരാട്ടുപാട്ടിന്റെ ഈണം പോലെ കുഞ്ഞിമോളുടെ മുഖം ഉള്ളിൽ ചേർത്തുവെച്ചുകൊണ്ട് അയാളൊരു സ്വപ്നമായി.

"നല്ല പടം ലേ..." ഇടവേളയുടെ വെളിച്ചം നൽകിയ സ്ഥലകാലബോധത്തിൽ ഒന്ന് മൂരി നിവർന്ന് അൻവർ അഭിപ്രായപ്പെട്ടു. അതിലേക്ക് ഞെട്ടിയുണർന്ന രാജീവൻ വെറുതെ തലയാട്ടിക്കൊടുത്തു. ഒരു പുകയെടുത്ത് വരാമെന്ന് അൻവർ പുറത്തിറങ്ങിയപ്പോൾ രാജീവൻ തന്നിലേക്കു തന്നെ മടങ്ങി.

“രാജീവേട്ടാ...” വീട്ടിൽ നിന്നിറങ്ങുമ്പോൾ അലീനമോൾ വിളിച്ചു. പുതുതായി വന്ന അയൽവീട്ടിലെ ഇളയ കുട്ടി. അവളുടെ മടിയിൽ തളർന്നിരുന്ന് ഒരു വിഷാദം പോലെ അച്ഛനെ നോക്കുന്ന കുഞ്ഞിമോളെ ചൂണ്ടി അവൾ പറഞ്ഞു:

“വരുമ്പോ അച്ഛനെന്താ കൊണ്ടര്ാന്നാ ഓള് ചോദിക്ക്ണ്.”

“ആണോ. ന്റെ മുത്തിന് അച്ഛൻ മുട്ടായി കൊണ്ടരാട്ടോ.”

“അപ്പൊ എനിക്കോ?” കുസൃതിക്കുടമായ അലീനമോൾ.

“നിനക്ക് ഞാനൊരു പുയ്യാപ്ലനെ കൊണ്ടരാം.”

“അയ്യേ...” അലീനമോൾക്ക് നാണമായി. ഉമ്മ വീട്ടിൽ നിന്ന് നീട്ടി വിളിക്കുവോളം അവൾ കുഞ്ഞിമോളെ വിട്ട് പോവില്ല.

ഉള്ളിൽ തൊടുന്ന എന്തോ കേട്ടപ്പോൾ അല്പം മുമ്പിലായി കുഞ്ഞിന് മുലകൊടുത്തുകൊണ്ടിരിക്കുന്ന ആ സ്ത്രീ കണ്ണിൽ പെട്ടു.

“എൻ കണ്ണേ, അമ്മാവോട് മന്നിച്ചിട് തങ്കം...”

ഇങ്ങനെയെന്തോ പറഞ്ഞുകൊണ്ട് അവർ കുഞ്ഞിന്റെ മൂർദ്ധാവിൽ മുകരുന്നുണ്ടായിരുന്നു. ചെമ്പിച്ചു പാറി നിൽക്കുന്ന മുടിയും മുഖത്തിന്റെ ഒരു വശവും മാത്രമേ കണ്ടിരുന്നുള്ളൂ. എണ്ണക്കറുപ്പാണെങ്കിലും അഴകുണ്ട്. ജീവിതം അറിഞ്ഞു തുടങ്ങിയ പ്രായം.

ഇടയ്ക്കിടെയുള്ള കുഞ്ഞിന്റെ ചിണുങ്ങൽ രാജീവനെ അസ്വാസ്ഥ്യപ്പെടുത്തി. അതുകേട്ടുകൊണ്ട് അയാളെപ്പോഴോ അറിയാതെ മയങ്ങിപ്പോയി. അൻവർ തട്ടി വിളിച്ചപ്പോഴാണ് ഉണർന്നത്.

“എന്താനക്ക് പറ്റീത്? പോണ്ടെ? ബടെര്ന്നാ മത്യോ...?”

അയാൾ ഒന്നും പറഞ്ഞില്ല. മയക്കം ചവർക്കുന്ന കൺമുമ്പിൽ ഒരു കാലൻ പോത്തിന്റെ ചുവന്ന കണ്ണുകൾ തുറിച്ചു നോക്കുന്നു. കോടമഞ്ഞിലെ പുകമറയിലേക്ക് ഒരു കുഞ്ഞരിപ്രാവ് അലിഞ്ഞുചേരുന്ന ചിത്രം ഉണർവിലും കാണുന്നു. എന്താണിതെല്ലാം? അയാളുടെ ചങ്കുവരണ്ടു. വയറ്റിലൂടെ ഒരു തീഗോളം സഞ്ചരിക്കുന്നത് നെഞ്ച് അനുഭവിച്ചറിയുന്നുണ്ട്.

തിരക്കിനിടയിലൂടെ ധൃതിയിൽ പുറത്തു കടക്കുകയായിരുന്നു അവർ. അതിനിടയിലാണ് അപ്രതീക്ഷിതമായി കണ്ടത്. തിയറ്ററിനകത്തെ ഏറ്റവും മുമ്പിലായി, നടവഴിയിൽ നിന്ന് അല്പം മാറി വെറും നിലത്ത് ഒരു കുഞ്ഞ് ഒന്നുമറിയാതെ ഉറങ്ങിക്കിടക്കുന്നു! അതിനരികിൽ ആരുമില്ല. ആരും കാര്യമായി ഈ കാഴ്ച ശ്രദ്ധിക്കുന്നുമില്ല. കുഞ്ഞിന്റെ നിഷ്കളങ്കമുഖത്തേക്ക് രാജീവൻ മിഴിച്ചുനിന്നു. ഹൃദയത്തിലൊരു മുറിവുണ്ടാകുന്നു. കണ്ണിലാണ് ചോര പൊടിയുന്നത്.

എത്രയും വേഗം കുഞ്ഞിമോൾക്കരികിലെത്തണമെന്നും എന്നാൽ അതിനു കഴിയാത്ത വിധം അരൂപിയായ ഒരു കൈ തന്നെ പിടിച്ചു

നിർത്തുന്നതായും അയാളറിഞ്ഞു. ഇതൊന്നുമറിയാതെ അൻവർ പിടിച്ചു വലിക്കുകയായിരുന്നു.

“എടാ നീയതു കണ്ടോ?” രാജീവൻ പതുക്കെ ചോദിച്ചു:

“ഏദ്...?”

“ആ കുഞ്ഞിനെ.”

“കണ്ടു.” നിസ്സാരമായി അൻവർ.

“എന്നിട്ടെന്തേ നീയതിനെപ്പറ്റി ഒന്നും...!” വളരെ ആശ്ചര്യം തോന്നിപ്പോയി.

“ഇതൊന്നും ഇന്നത്തെ കാലത്ത് പുത്തര്യല്ല രാജീവാ. യ്യ് ബേഗം പോര്. ഇല്ലെങ്കി ബസ്റ്റാന്റില് കെടക്കെണ്ട്യേരും.”

അൻവറിന്റെ പിന്നിൽ വലിഞ്ഞുനടക്കുമ്പോഴും മനസ്സ് ആ കുഞ്ഞിന്റെ അരികിലായിരന്നു.

“അൻവർ, നീ ശ്രദ്ധിച്ചോ. നമ്മുടെ മുമ്പിലിരുന്ന ആ തമിഴത്തിയുടെ കുഞ്ഞല്ലേടാ അത്? അവരെ അവിടെയൊന്നും കണ്ടതുമില്ല.”

“ആ അതൊക്കെണ്ടാകും. യ്യ് ന്ത്നാ അതും ബിചാരിച്ചിങ്ങനെ...”

“എന്തോ എനിക്കാ കുഞ്ഞിന്റെ മുഖം മനസ്സീന്നങ്ങട്ട് പോണില്ല. എന്റെ കുഞ്ഞിമോളുടെ മുഖം പോലെ. ഇനി എന്താവും അതിന്റെ...” രാജീവൻ പിന്നെയും നടത്തത്തിൽ കുറയുന്നത് കണ്ട് അൻവറിന് ദേഷ്യം വന്നു:

“അന്റെ കുട്ട്യോന്നുല്ലല്ലോ, ഇത്ര സങ്കടപ്പെടാൻ. അമ്പിളി പോയാപ്പിന്നെ...”

പിന്നെ അതിനെക്കുറിച്ചൊന്നും തന്നെ അവനോട് പറയാൻ തോന്നിയില്ല. രഹസ്യമായി, എന്തിനെന്നറിയാത്ത ഒരു കുറ്റബോധത്തോടെ അയാളോർത്തു: അവന് മനസ്സിലാവില്ല, അവനൊരു അച്ഛനല്ലല്ലോ.

മടക്കത്തിൽ അൻവറിന് തന്റടുത്ത് സീറ്റ് കിട്ടാത്തതിൽ അയാളാശ്വസിച്ചു. അവന് ഒരുപാട് പറയാനുണ്ടാവും. പ്രത്യേകിച്ച് ഇന്നു കണ്ട സിനിമയെക്കുറിച്ച്... ഇപ്പോഴതു കേൾക്കാൻ വയ്യ. എത്രയും വേഗം വീട്ടിലെത്താനാണ് നെഞ്ച് വിങ്ങുന്നത്. വീട്ടിൽ നിന്നിറങ്ങുമ്പോൾ അലീനമോളുടെ മടിയിലിരിക്കുന്ന കുഞ്ഞിമോളെ നോക്കി രുക്കു ഓർമിപ്പിച്ചതാണ്:

“നോക്കൂ രാജീവേട്ടാ, അവൾക്ക് നല്ല സുഖമില്ല. ആ ഇരിപ്പ് കണ്ടില്ലേ. ഇന്ന് പോണ്ട.”

രാവിലെ മുതൽ അവൾക്ക് വയറുവേദനയുണ്ടായിരുന്നു. ഒരിക്കൽ രുക്കു മുലയൂട്ടിക്കൊണ്ടിരുന്നപ്പോൾ കുറെ ഛർദ്ദിക്കുകയും ചെയ്തു. എന്നിട്ടും അൻവർ നിർബന്ധിച്ചപ്പോൾ....

മനസ്സ് പൂർണമായും ഒരു നൂൽപ്പാലത്തിലാണ്. കർക്കടകം നനഞ്ഞു കിടക്കുന്ന റോഡിന്റെ ഹൃദയം വകഞ്ഞുകൊണ്ട് ബസ്സ് ഓടിക്കൊണ്ടിരിക്കുന്നതോ, ചതുരങ്ങളിലൂടെ കാലം ഓടി മറയുന്നതോ അയാൾ അറിഞ്ഞില്ല.

കുഞ്ഞിമോളുടെ മുഖം കണ്ണിൽ നിറയുന്നു. അവൾക്ക് കുറഞ്ഞിരിക്കുമോ ആവോ? കുഞ്ഞുങ്ങളുടെ കാര്യത്തിൽ ദൈവത്തിന് പരിഗണന തീരെ കുറവാണ്. ചിലപ്പോൾ വലിയ കാരണമൊന്നും കൂടാതെ തന്നെ പൊടുന്നനെയങ്ങ്... ഈശ്വരാ...

"ഹലോ! മതി കിനാവ് കണ്ടത്. ബാക്കി കുടീല് ചെന്നിട്ട്."

അൻവർ വിളിച്ചപ്പോൾ ഞെട്ടിയുണരുകയായിരുന്നു. ഇറങ്ങാനായിരിക്കുന്നു. അവനോട് യാത്ര പറഞ്ഞ് വേഗം നടന്നു. ആരൊക്കെയോ വീട്ടിലേക്കുള്ള വഴിയിലൂടെ സംസാരിച്ചുകൊണ്ട് പോകുന്നുണ്ട്:

"കെണറ് പടുത്തിട്ടില്ലല്ലേ?"

"അവര് ഈയടട്ത്ത് വന്നല്ലേയുള്ളൂ."

"ങ്ഹാ... കഷ്ടം തന്നെ..."

രാജീവൻ ഒന്നും കേൾക്കുന്നുണ്ടായിരുന്നില്ല. ഇലത്തുമ്പുകൾ കരയുന്നതോ, മഴനനവുകൾ ഇറ്റി വീഴുന്നതോ അയാൾ അറിഞ്ഞില്ല.

നേരെ കുഞ്ഞിമോൾക്കരികിലേക്ക്.

കാലനക്കം കേട്ട് അടുക്കളയിൽ നിന്ന് എത്തിനോക്കിയ രുക്മിണി; ഉറങ്ങുന്ന കുഞ്ഞിനെയെടുത്ത് നെഞ്ചോടുചേർത്ത് പിടിച്ചുനിൽക്കുന്ന രാജീവനെ കണ്ട് ഒന്നു പകച്ചു. അടുത്ത നിമിഷം അവൾക്ക് സങ്കടം പൊട്ടി:

"രാജീവേട്ടാ... നമ്മുടെ അലീന മോൾ..." രുക്മിണിക്ക് തേങ്ങലടക്കാൻ കഴിഞ്ഞില്ല.

പക്ഷേ, രാജീവൻ ഒന്നും കേട്ടില്ല. അയാളപ്പോൾ, തിയറ്ററിൽ വെച്ചു കണ്ട ആ കുഞ്ഞിന്റെ മുഖം രണ്ടു തുള്ളികൾക്കിടയിലൂടെ കാണുകയായിരുന്നു.

■

ചേറ്

ചേമ : നോക്ക്യാണിബലേ, നല്ല വെക്ക്യാണം* കൂടാൻ പറ്റ്യ ന്ലാവ്...!

ചേപ്പൻ : അയ്നെന്തേർത്ത് തന്തന്റെ തലേണ് വെക്ക്യാണം കൂടാന്പ്പൊ...?

ചേമ : അയ്നെന്ത്നാബലേ ങ്ങള് ന്റെ അച്ഛയെ പറീണ്..? അതവ ടൊർപാത്ത് കുയ്യ്ല് കെടന്നോട്ടെ. അയ്നെ മാന്തിത്തിന്നണോ...?

ചേപ്പൻ : ആരേപ്പൈനന്റെ തന്തനെ പറഞ്ഞത്. ഔ, ങ്ങനെല്ലൊരു തന്ത. ഞ്ഞിപ്പോ പറഞ്ഞീർക്ക്ണെങ്കിത്തന്നെ കണക്കായ്പ്പോയ്.....

അങ്ങനെ പറമ്പായ പറമ്പും പാടായ പാടവും മുഴുവൻ ഓടി നടന്ന് പുലരുവോളം അവർ വെക്ക്യാണംകൂടി എന്നു കഥ!

വെളുത്ത തന്റെ സുഹൃത്ത്, ചിത്രകാരൻ അഷ്റഫുമായി പങ്കിട്ട ചില രഹസ്യങ്ങൾ:

വെളുത്തയുടെ ഇമ്പമാർന്ന സംസാരത്തിന്റെ നിരയൊത്ത ചിരിയിലേക്ക് ഓർത്തോർത്ത് കണ്ണു നിറയുവോളം അഷ്റഫ് ചിരിച്ചു. ചിരിയുടെ അവസാനത്തിൽ പൊടുന്നനെയാണ് വെളുത്തയുടെ ഇരുണ്ട മുഖത്ത് കാറും കോളും കുമിഞ്ഞ് കനത്ത് അവനൊരു കൊടുങ്കാറ്റായി മാറിയത്:

“ഇതൊന്ന്വന്നല്ല, വെക്ക്യാണം കാണണ്ണെങ്കി ജ്ജ് മറ്റെന്നാ വൈന്നാരത്ത് ന്റെ ചാളയില്ക്ക് വാ...”

“അതെന്താടാ കഥ?!” അഷ്റഫിന്റെ അദ്ഭുതം ഒരു പോസ്റ്റ് മോഡേൺ ചിത്രത്തിലേക്കെന്ന പോലെ വെളുത്തയുടെ ഗൗരവത്തിന്റെ കലിപ്പിലേക്ക് വായ പൊളിച്ച് മിഴിച്ചു.

“അല്ല, ജ്ജൊന്നോർത്തോക്ക്യാ..., ആങ്ങളീയല്ല, ആങ്ങളന്റെ മകൻ മലക്ക് പോകാൻ മാലട്ണീന് ഓളെന്ത്നാ അവടെപ്പോയി തങ്കരക്ക്ണത്... ഓളല്ലല്ലോ മാലട്ട് കൊട്ക്ക്ണത്...” രണ്ടു ദിവസം മുമ്പ് ക്ഷൗരം

* വഴക്ക്

ചെയ്ത വെളുത്തയുടെ മുഖത്ത് ക്രോധത്തിന്റെ കാരമുള്ളുകൾ മുള പൊട്ടുന്നതായി അഷ്റഫിനു തോന്നി.

ചിരുത അവളുടെ വീട്ടിലേക്ക് വിരുന്നു പോയതാണ്. കുട്ടികളുമായി വെളുത്ത കലഹിക്കാൻ തുടങ്ങിയിട്ട് ദിവസങ്ങളായി. വെളുത്തയുടെ പ്രായമായ അമ്മ കാളിക്ക് പേരക്കുട്ടികളുമായി വഴക്കിടാനേ നേരമുള്ളൂ. വിരുന്നു കഴിഞ്ഞ് ചിരുതയോട് വരാൻ പറഞ്ഞ ദിവസം പണികഴിഞ്ഞ് വലിയ സന്തോഷത്തോടെ, അതിലേറെ ആശ്വാസത്തോടെ വീട്ടിലെത്തിയപ്പോൾ, ആങ്ങളയുടെ മകന്റെ മാലയിടൽ കൂടി കഴിഞ്ഞേ താൻ വരുന്നുള്ളൂ എന്ന് അയൽക്കാരൻ കുട്ടിപ്പയുടെ വീട്ടിലേക്ക് അവൾ ഫോൺ ചെയ്ത വിവരമറിഞ്ഞപ്പോഴാണ് വെളുത്തയുടെ ഉള്ളിൽ ഒരു കടലിരമ്പാൻ തുടങ്ങിയത്:

"ഇന്നേക്ക് ഓള് പോയിറ്റ് എട്ടീസായി. ഇസ്ക്കൂള്ക്ക് പോണെ കുട്ട്യാളാ... എടങ്ങേറായി ഞാന്..."

എം ആകൃതിയിൽ കഷണ്ടി കയറിയ തലയുടെ മണ്ടയിലൊന്ന് അമർത്തിച്ചൊറിഞ്ഞ്, അഷ്റഫിന്റെ ചെവിയിലേക്ക് അല്പം ശബ്ദം താഴ്ത്തി വെളുത്ത പല്ലുഞെരിച്ചു:

"ബാക്കിള്ളോന്ബടെ പുടിച്ച് നിക്കാണ്... അപ്പളാ ഓളൊര് പയ്നാറ ട്യേന്തരത്തിന്റെ മാലടല്..."

ഒരു കുസൃതിച്ചിരി അവനെറിഞ്ഞു കൊടുത്തിട്ട് പ്രശ്നത്തെ ഒന്നു വെള്ളപൂശി കറ മായ്ച്ചു കളയാനായി അഷ്റഫ് ബ്രഷെടുത്ത് ഒന്നു ചലിപ്പിച്ചു:

"നീയൊന്ന് സമാധാനപ്പെട് വെള്ത്തേ.., രണ്ടീസം കൂടി കഴിഞ്ഞാ അവളിങ്ങെത്തൂലെ...."

"ന്നാലും അതല്ലല്ലോ അയ്ന്റെ സെരി. ആണ്ങ്ങള് പറഞ്ഞ വാക്കിന് ഒര് നെലീം വെലീം ഓള് തെരണ്ടേ..? ങ്ങാട്ട് വെരട്ടെ...."

വഴിവിളക്കിന്റെ മങ്ങിയ വെളിച്ചത്തിൽ, വെളുത്തയുടെ ചിന്താമഗ്നമായ മുഖത്ത് താൻ പൂശിയ കുമ്മായം മങ്ങുന്നതും, അവിടെ ചിരുതയോടുള്ള വിദ്വേഷത്തിന്റെ വേലിയേറ്റം വിക്ഷുബ്ധമാവുന്നതും അഷ്റഫ് കണ്ടു.

വെളുത്ത തന്റെ ഹൃദയനഗ്നത മുഴുവൻ പങ്കുവെയ്ക്കുന്ന ഒരേയൊരു സുഹൃത്താണ് അഷ്റഫ്. പണി കയറി വന്നാൽ മിക്ക ദിവസവും അവർ റോഡുവക്കിലെ കലുങ്കിൽ ഒരുമിച്ചുകൂടും.

പണിസ്ഥലത്തെ കഞ്ഞിപ്പുരയുടെ പിന്നിൽ വെച്ച് ഉച്ചവിശ്രമസമയത്ത് തന്റെ കീഴ്ച്ചുണ്ടിൽ തത്ത കൊത്തിമുറിവേല്പിച്ചതും തക്കം കിട്ടുമ്പോൾ കിളിയെ പിടിച്ച് ഒരു തൂവൽ പറിച്ചെടുത്തതുമൊക്കെ വെളുത്ത പങ്കിടുന്നത് ഈ നേരത്താണ്.

കിളിയുടെയും തത്തയുടെയും കൂട്ടത്തിലാണ് പണിയെങ്കിൽ വെളുത്ത കുഴഞ്ഞതു തന്നെ! മറ്റുള്ളവർക്ക് പിന്നെ അതുമതി. കിളയ്ക്കുന്നവരുടെ നീണ്ട നിരയിൽ നിന്ന് കൈക്കോട്ട് താഴെ വെച്ച്, ഒന്നു മൂരിനിവർത്തി, വെളുത്തയുടെ മുഖത്തേക്കും പിന്നെ തെളിഞ്ഞ ആകാശത്തേക്കും ഒരു കള്ളക്കണ്ണെറിഞ്ഞ് ബഷീർ തുടങ്ങും:

"ഇന്ന് നല്ല കാറും കോളുംണ്ടല്ലോ കുമാരാ?"

"സെര്യാ, മയ പെജ്ജുംന്നാ തോന്ന്ണ് ലേ വെള്ത്തേട്ടാ?"

"പെജ്ജും പെജ്ജും... ഒര് തുള്ളെള്യങ്കിലും പെജ്ജാതെക്കൂലാ."

കൂട്ടച്ചിരിക്കിടയിൽ തത്തയും കിളിയും ഓരോ ചുട്ടനോട്ടത്താൽ അന്യോന്യം കൊത്തിവലിക്കുമ്പോൾ, വെളുത്ത ചുണ്ടുകടിച്ച് ഊറിച്ചിരിക്കുകയാവും.

താൻ മാർക്കം കൂടാൻ തയ്യാറായാൽ തന്റെ കൂടെ ഇറങ്ങി വരാൻ പലവട്ടം നിർബന്ധം പിടിച്ചതാണ് തത്തയും കിളിയും അവരുടെ സ്വകാര്യ നിമിഷങ്ങളിൽ.

"ജ്ജെന്താണ് മുത്തേ ഈ പറീണത്...? അട്ത്ത മാസം ന്റെ പെണ്ണ്ന്റെ കല്യാണാണ്... ഇപ്പൊ ഞമ്മള്ത് ചെയ്താല് ന്റെ കുടുംബം കലങ്ങൂലെ...? ഞമ്മക്ക് ഇങ്ങനൊക്കെ അങ്ങ്ട് പോയാ മതി..."

ആത്മസുഹൃത്തെന്ന നിലയിൽ വെളുത്തയുടെ ഇരുൾ നിറഞ്ഞ വഴികളിൽ അഷ്റഫ് സ്നേഹത്തിന്റെ നിറക്കൂട്ടുകൾ കൊണ്ട് വെളിച്ചം തൂവാൻ പലപ്പോഴും ശ്രമിക്കാറുണ്ടെങ്കിലും ചിലപ്പോഴൊക്കെ പുരുഷ സഹജമായ ഒരസൂയയുടെ രഹസ്യമുള്ളുകൾ അതിന്റെ പുറന്തോട് പൊട്ടിച്ച് ചിരിയുടെ പൂവുകളായി ഉറക്കെ വെളിയിൽ ചാടി:

"എടാ ചെറമാ..., അന്റൊക്കൊര് ബാഗ്യേ....! വല്ലാത്തൊര് പന്ന്യെന്നെട്ടൊ ജ്ജ്...."

ഒരു ആനന്ദത്തുളുമ്പലോടെ, നക്ഷത്രങ്ങൾ പൂത്ത ആകാശനീലിമയിലേക്ക് വായ മലർത്തി വെളുത്ത ഉറക്കെ ചിരിക്കും. വെളുത്ത സമ്മതിച്ചു തരാറില്ലെങ്കിലും അവന്റെ പോക്കത്ര ശരിയല്ലെന്നും, അവന്റെ കുടുംബം പുലർത്തുന്നത് മുക്കാൽപങ്കും ചിരുതയാണെന്നും അഷ്റഫിനറിയാം.

"വെളുത്തേ, നീയ് ഇക്കാലത്തിനെടയ്ക്ക് എന്നെങ്കിലും ഒരിക്കലെങ്കിലും നിന്റെ ചിരുത ഒറങ്ങുന്നത് നോക്കിയിരുന്നിട്ടുണ്ടോ...?" ഉറങ്ങിക്കിടക്കുന്ന തന്റെ പെണ്ണിന്റെ നിഷ്കളങ്ക വദനം ക്യാൻവാസിലേക്ക് പകർത്തുന്ന കരുതലും ശാന്തതയുമാണ് അഷ്റഫിന്റെ മുഖത്ത്. അജ്ഞാതമായ ഒരു ലോകത്തു നിന്ന്, ഇതുവരെ കേട്ടിട്ടില്ലാത്ത എന്തോ കേട്ടപോലെ അഷ്റഫിന്റെ കരുണാർദ്രമായ കണ്ണുകളിലേക്ക് വെളുത്ത നെറ്റി ചുളിച്ചു:

"ഇല്ല. എന്തേയ്ത്?"

"എങ്കിൽ ഒരിക്കലെങ്കിലും നീയത് ചെയ്യണം." അഷ്റഫിന്റെ വാക്കുകളിൽ അരൂപിയുടെ കയ്യൊപ്പ്.

"ഔ... അയ്നൊക്കെ പറ്റ്യോര് ചെരക്ക്." വെളുത്ത പുച്ഛത്തോടെ ചിറിയൊന്നു വലിച്ചു കോട്ടി:

"പണി കയ്ഞ്ഞ് മന്നാല് എന്നും ഓക്ക് ചീണാണ്.* പിന്നെ ഞാൻ തൊയ്രം കെട്ത്തി, തൊയിരം കെട്ത്തി കെതി കെടുമ്പോ, ദാക്ക്ണ് ന്നാല്... എന്നും പറഞ്ഞോര് കെടത്താ, ചവം മാതിരി..." ചങ്കിൽ കുറുകിയ കഫം കാറിയെടുത്ത് വെളുത്ത ചിരുതയുടെ മുഖത്തേക്കെന്ന പോലെ ഒര് തുപ്പ്. (അത് തന്റെ മുഖത്താണ് വീണതെന്ന് അഷ്റഫിന് തോന്നി)

"അത് കേക്കുമ്പോത്തന്നെ ഞമ്മളാകെ ചേരട്ടനെ തൊട്ട ചേല്ക്ക് ചുര്ണ്ട്... അയ്..." ബാക്കി പറയാതെ ചെടിപ്പ് മുഴുവൻ തന്റെ തലയിൽ ചൊറിഞ്ഞുകൊണ്ട് വെളുത്ത മാസം കാണാനെന്ന പോലെ മാനത്തേക്ക് നോക്കി.

മുഖമടച്ചുകിട്ടിയ അടിയുടെ ആഘാതത്തിൽ അമ്പരന്നുപോയ ഒരുവനെപ്പോലെ അഷ്റഫ് നിശ്ശബ്ദനായി. വെളുത്തയുടെയും അഷ്റഫിന്റെയും ഇടയിൽ മൗനത്തിന്റെ കടലിരമ്പുന്നത് അപൂർവ്വം.

"ഹൗ..." മുഖമൊന്ന് കുടഞ്ഞ്, ചിന്തയിൽ നിന്നുണർന്ന് വെളുത്ത കാന്താരി മുളക് കടിച്ചപോലെ ഒന്ന് എരി വലിച്ചു:

"ന്റെ ചുണ്ടും ചിറീം ഒക്കെങ്ങനെ ങ്ങനെ തരിച്ച്ണ്ണ്ട്... ഓള്ങ്ങാട്ട് ബെരട്ടെ... മിക്കവാറും മറ്റന്നാ വൈന്നാരം തന്നെ ഞങ്ങള് കൂടും. ന്ലാവുദിച്ചാനൊന്നും കാക്കൂല...!"

നർമത്തിന്റെ ഒരു ചിരി വെളുത്തയുടെ മുഖത്ത് മിന്നി മറഞ്ഞുവെങ്കിലും അതിന് ഗൗരവത്തിന്റെ കടുപ്പം വന്ന് മുമ്പില്ലാത്ത വിധം ഇരുണ്ട് കനം തൂങ്ങുന്നത് അഷ്റഫ് കണ്ടു. തുമ്പപ്പൂവിന്റെ വെൺമയുള്ള ഇനാമൽ പെയിന്റിൽ തന്റെ ഫ്ളാറ്റ് ബ്രഷ് കരുതലോടെ മുക്കി വടിച്ചെടുത്ത് ശാന്തതയോടെ കീഴ്പോട്ട് ഒന്നു ചലിപ്പിച്ചു അഷ്റഫ്.

"ഇതൊക്കെ എല്ലാ കുടുംബങ്ങളിലും സർവ്വ സാധാരണാണ് വെള്ത്തേ." കീഴ്പോട്ട് ചലിപ്പിച്ചതിന് മുകളിലൂടെ വിലങ്ങനെയും ഒന്ന് ചലിപ്പിച്ചു:

"നീയ് എന്റെ കാര്യം തന്നെ ഒന്ന് നോക്ക്. ഞാൻ പറയാതെത്തന്നെ നെനക്കറിയാലോ? നീയ് ഇതത്ര കാര്യാക്കാനൊന്നും ന്ന്ക്കണ്ട." ഇനിയും പാടുകൾ വീഴുന്നുണ്ടോയെന്ന് ഒരു കലാകാരന്റെ സൂക്ഷ്മതയോടെ അഷ്റഫ് നോക്കിയിരുന്നു.

"ന്നാലും... നാളെ നല്ലോര് പെര്ന്നാളായിറ്റ് ഓള്..." വെളുത്തക്കങ്ങോട്ട് മനസ്സുവരുന്നില്ല: "ഒന്ന് കൂടണം. ന്നാലൊള്ളു മനസ്സിനൊര്..."

---

* ക്ഷീണം

എത്ര കോട്ട് പെയിന്റടിച്ചാലും അടർന്നുപോകുന്നൊരു ചുമർ ചിത്ര ത്തിലേക്കെന്ന പോലെ, സഹതാപത്തോടെ അഷ്റഫ് വെളുത്തയെ നോക്കി:

"പിന്നെയ്... നാളത്തെ പെര്ന്നാള്ന്റെ കാര്യ്യോർത്ത് ജ്ജ് ബേജാ റാകണ്ട... അത് നെനക്കോ, എനിക്കോ, കലണ്ടറിനോ പറയാൻ കഴീല്ല വെള്ത്തേ..." അതു പറയുമ്പോൾ അഷ്റഫിന്റെ മുഖത്ത് നൈരാശ്യ ത്തിന്റെ കറുപ്പും പരിഹാസത്തിന്റെ മഞ്ഞയും കലർന്ന ഒരു പുച്ഛരസം പറ്റിപ്പിടിച്ചിരുന്നു:

"അത് ഞങ്ങടെ മുസ്ല്യേൻമാർ കലഹിച്ച് തീരുമാനിക്കണം."

വെളുത്തയെ എല്ലാവർക്കും വലിയ കാര്യമാണ്. അവന്റെ കളങ്കമറ്റ സംസാര വശ്യതയും മാപ്പിളപ്പാട്ടിന്റെ ഈണവും പല്ലിന്റെ തൊണ്ണ് തെളിഞ്ഞുള്ള ചിരിയും ഒക്കെയായിരിക്കാം, വിശേഷ ദിവസങ്ങളിൽ മിക്ക വീടുകളിൽ നിന്നും ഒരുപിടി വറ്റെങ്കിലും തിന്നാലേ അവനും ആ വീട്ടു കാർക്കും തൃപ്തിയാകൂ.

അഷ്റഫിന്റെ ഉമ്മ വെളുത്തയെ കാണുമ്പോഴൊക്കെ പറയും, "വെളുത്തേ ഒര് പാട്ട് പാടെടാ... അന്റെ പാട്ട് കേക്കാൻ പൂത്യായി."

"ങ്ങാക്കങ്ങനൊര് പൂദിണ്ടെങ്കി അതങ്ങട് തീർത്തെരാ." വെളുത്ത പാടും:

"മഹിയിൽ മഹാസീനെന്ന മഹിമയെഴും സുൽത്താന്

മലർ മഴവില്ലായിട്ടുണ്ടൊരു കനി മോള്- അവളുടെ

മധുവൊഴുകും പേരാണ് ഹുസ്നുൽ ജമാല്...."

"ചെറമനാന്ന് പറഞ്ഞിട്ട് കാര്യല്ല. എങ്ങനെ നടന്നാലെന്താ. ഓന്റെ പാട്ട് കേട്ടാ തൊള്ളീല് കയറിക്കുത്ത്ര്ക്കാൻ തോന്നും." വെളുത്തയെ കേൾപ്പിച്ചും, അല്ലാതെയും അഷ്റഫിന്റെ ഉമ്മ പറയും. ആശ്ചര്യത്തിന്റെ ചൂണ്ടുവിരൽ ചുണ്ടിൽ വെച്ച് നറുംചിരിയോടെ അവർ വെളുത്തയുടെ വായിലേക്ക് കൗതുകംപൂണ്ട് നിൽക്കും. ഉമ്മയുടെ തോളോട് ചേർന്ന് മരുമകളും!

റോഡുവക്കിലെ കലുങ്കിൽ നിന്ന് യാത്ര പറഞ്ഞ് നടന്നുനീങ്ങു മ്പോൾ, വരാനിരിക്കുന്ന കലഹത്തിനായി വാക്കുകൾ പല്ലുകൾക്കിട യിലിട്ട് രാകി മൂർച്ചകൂട്ടുകയായിരുന്നു വെളുത്തയെന്ന് അഷ്റഫിന് തോന്നി.

സ്ഫടിക ഗോളത്തിനകത്തെ കലഹപ്പൂക്കൾ

ദിവസങ്ങൾ കഴിഞ്ഞപ്പോൾ വെളുത്തയ്ക്ക് മനസ്സിനൊരു ലാഘവം വന്ന് എന്തോ അലിഞ്ഞില്ലാതാവുന്ന പോലൊരു തോന്നൽ. അന്നത്തെ ആ തീക്ഷ്ണതയുടെ ഗൗരവം എവിടെയോ കൈമോശം വന്നപോലെ!

"അല്ലെങ്കിലും നമ്മളാരുമല്ല വെളുത്തേ തെറ്റുകാർ. നിമിഷങ്ങളാണ്

നമ്മെക്കൊണ്ട് തെറ്റു ചെയ്യിക്കുന്നത്. അവയോടാണ് നാം കലഹിച്ച് ജയിക്കേണ്ടത്.”

പണികയറി വന്ന് കുട്ടിപ്പയുടെ കുളത്തിലെ തണുപ്പിലൊന്ന് മുങ്ങി നിവർന്നപ്പോൾ, എങ്ങു നിന്നോ അശരീരിയായി അഷ്റഫിന്റെ വാക്കുകൾ. എന്നാലും അതിനെ മറികടന്നുകൊണ്ട് കൂടണം എന്ന വിചാരം ഒരഴുക്കു പോലെ മനസ്സിലിത്തിരി ഉണ്ട്താനും.

പക്ഷേ, അവൾ വന്നയുടനെ കൂടിയാൽ ഒരു കുഴപ്പമുണ്ട്. വെളുത്ത വിചാരിച്ചു: അപ്പോൾ രാത്രിയിലെ സംഗതി നടക്കില്ല! ആശയക്കുഴപ്പത്തിന്റെ ചാഞ്ചാട്ടത്തിനൊടുവിൽ വെളുത്ത ഒരു തീരുമാനത്തിലെത്തി.അവന്റെ ചുണ്ടിലൊരും ഗൂഢസ്മിതം വിരിഞ്ഞു.

ചോറുണ്ണുമ്പോൾ, വെളുത്ത ചിരുതയെ ഇടങ്കണ്ണിട്ട് നോക്കി. മുഖമൊന്ന് തുടുത്ത് പതിവില്ലാത്ത വിധം അവൾ പ്രസന്നവതിയായിട്ടുണ്ട്. വെളുത്തയുടെ ഉള്ളിൽ പണി സ്ഥലത്തെ പെണ്ണുങ്ങളുടെ ചന്തമുള്ള മുഖങ്ങൾ മിന്നിമറിഞ്ഞു. ചങ്കിൽ മോയീൻകുട്ടി വൈദ്യർ വന്ന് മൂളി:

‘ആരമ്പം തുളുമ്പും ചെങ്കതിർ മുഖം മാറും കണ്ട്,
നേരമ്പോക്കറിയാതെ ഞാനേ ഇന്ന്....’

“ഉം..? എന്തേപ്പൊര് നോട്ടോം പാട്ട്വൊക്കെ!” തലയൊന്ന് ചരിച്ച്, ചിമ്മിത്തുറന്ന കണ്ണിൽ ചിരിയൊളിപ്പിച്ചു, ചിരുത.

“ജ്ജ് ആക്യൊന്ന് മിന്ങ്ങീക്ക്ണല്ലോ!”

“ങും! ഇക്ക് തിരീണ്ണ്ട്.” പുഞ്ചിരിയെ വിരലുകളാൽ ചുണ്ടിലിട്ട് കിഴുക്കി അവൾ നീട്ടിയൊന്നു മൂളി.

മുനിഞ്ഞുകത്തുന്ന വിളക്കിന്റെ ഇളം വെട്ടത്തിൽ വെളുത്തയുടെ പൗരുഷം ഉയിർത്തു.

“വെളക്ക് കെട്ത്തണ്ട...” സമ്മതിക്കില്ലെന്ന് അറിയാമായിരുന്നിട്ടും വെറുതെ പറഞ്ഞു വെളുത്ത.

“വെളക്ക് കെട്ത്താണ്ടെ ന്നെ തൊടണ്ട.”

നാലു കുട്ടികളുടെ അച്ഛനാണ് വെളുത്ത. മൂത്തവളെ കെട്ടിച്ച് അവൾക്കൊരു കുട്ടിയുണ്ട്. ഇക്കാലത്തിനിടയ്ക്ക് വെളിച്ചത്തിൽ ചിരുത സമ്മതിച്ചിട്ടില്ല!

വെളുത്ത ഫണമുയർത്തി ഒന്നു ചീറ്റി. വിളക്കണഞ്ഞു. വെളുത്തയുടെ ഉള്ളിൽ ഒരു മൃഗം മുരണ്ടു. ചിരുതയുടെ ശുഷ്ക്കിച്ച മാറിടത്തിലൂടെ വെളുത്ത ഒരു വിഷപ്പാമ്പായി ഇഴഞ്ഞു. ശൽക്കങ്ങളുടെ പാരുഷ്യതയിൽ ചിരുത ഞെരിഞ്ഞ്...

പരിചിതമായ കടലിന്റെ ആഴങ്ങളിലൂടെ മുങ്ങാങ്കുഴിയിട്ട്, ഒടുവിൽ തളർന്നു കിതച്ചുകൊണ്ട് കരേറിയപ്പോൾ വെളുത്തയുടെ മനസ്സിൽ പകയുണർന്നു:

എൻ. അബ്ദുൽ ഗഫൂർ

"ചിര്തേ..." അവൻ വിളിച്ചു.

"ഞ്ഞും..." ആലസ്യത്തിന്റെ മയക്കത്തോടെ അവൾ വിളികേട്ടു.

"ജ്ജ്വ്ട്ന്ന് പോകുമ്പോ ഞാനന്നോടൊര് വാക്ക് പറഞ്ഞീനല്ലോ...." വെളുത്തയുടെ ഒച്ച പതിയെ ഉയർന്നു.

"ആ വാക്കിന് ജ്ജ് വല്ല നെലീം വെലീം കൊട്ത്തോ....ജ്ജെന്താ ന്നെ കെര്ത്യേദ്...?" വാക്കുകളുടെ മൂർച്ച എങ്ങനെയോ ചോർന്നു പോകുന്നത് വെളുത്ത അറിഞ്ഞു.

"ആ കുട്ട്യാളൊറങ്ങിക്കോട്ടെ." ചിരുത പറഞ്ഞു.

"കുട്ട്യാള് കേക്കട്ടെ. അമ്മന്റെ കൊണെത്രണ്ട്ന്ന് ഓലും ഒന്നറ്യേട്ടെ...."

ഇരുട്ടിലേക്ക് പല്ലു ഞെരിച്ചുകൊണ്ട് വെളുത്ത പറഞ്ഞുകൊണ്ടിരുന്നു. ചിരുത മിണ്ടിയില്ല. നേരമേറെ കഴിഞ്ഞിട്ടും ചിരുത പ്രതികരിക്കുന്നില്ലെന്ന് കണ്ട് വെളുത്തയുടെ സഹനച്ചരട് പൊട്ടി:

"ന്തേഡീ... അന്റെ നാക്കെറങ്ങിപ്പോയോ...?" അവൻ ചിരുതയുടെ തലമുടി ചുറ്റിപ്പിടിക്കാനായി ഓങ്ങിയതായിരുന്നു. പെട്ടെന്ന് ഐസിൽ തൊട്ടപോലെ വെളുത്ത ഉറഞ്ഞു. കൈയിൽ തടഞ്ഞത്, അല്പം മുമ്പ് താൻ ചുംബനങ്ങൾ കൊണ്ട് പൊതിഞ്ഞ മുഖത്തെ കണ്ണീരിന്റെ ഒട്ടൽ. ഒരു ദീർഘനിശ്വാസത്തിൽ വെളുത്തയുടെ കോപം തണുത്തുരുകി. അവൻ ഇരുട്ടിലൂടെ തപ്പി, തീപ്പെട്ടിയുരച്ച് വിളക്ക് തെളിച്ചു.

പിറന്ന പടി ചിരുത!

ഒരു ശിശുവിന്റെ നിഷ്ക്കളങ്കതയാണ് ചരിഞ്ഞുറങ്ങുന്ന മുഖത്ത്. ചെന്നിയിലൂടെ കണ്ണീർ ഒലിച്ചിറങ്ങിയ പാട്. അവളുടെ തളർന്നുറങ്ങുന്ന മുഖത്തേക്ക് ജീവിതത്തിലാദ്യമായി വിളക്കുവെട്ടത്തിൽ നോക്കിയിരിക്കുമ്പോൾ, മെല്ലെ മെല്ലെ നിറഞ്ഞു വരുന്ന കണ്ണുകൾക്കു മുമ്പിൽ വെളുത്ത കണ്ടു:

കോരിച്ചൊരിയുന്ന പെരുമഴയുടെ വന്യതയിൽ നനഞ്ഞൊലിച്ച് തണുത്തു വിറച്ചുകൊണ്ട് ചേറ്റുമണത്തോടെ വീടണഞ്ഞ് കുളിച്ച്, ചോറും കറിയും വെച്ച് ആദ്യം തനിക്കും കുട്ടികൾക്കും നിരത്തി വെച്ച പാത്രങ്ങളിലേക്ക് ഉലർന്ന സ്നേഹം വിളമ്പുന്ന ചിരുതയെ. വെയിലിന്റെ കാഠിന്യത്താൽ ഉരുകി വിയർപ്പുവറ്റി കരുവാളിച്ച മുഖത്തോടെ ക്ഷീണിച്ചു തളർന്ന് വീടുപിടിച്ച്, ചോറുണ്ട് കിടക്കുമ്പോൾ, 'ഇന്ന് വയ്യാഞ്ഞിട്ടാ ഏട്ടാ' എന്ന് യാചിക്കുന്ന ചിരുതയെ...

■

ദാഹം

“ഇന്ന് കാറ് കെഴ്കീട്ടില്ലിക്കാ....”

സ്ക്കൂളിലേക്കിറങ്ങാൻ നേരം, ചോറ്റുപാത്രവും വെള്ളക്കുപ്പിയും ബാഗിൽ വെക്കുന്നതിനിടയിൽ മുഹമ്മദ് നിസാറിന്റെ ഭാര്യ ഇങ്ങനെ ഖേദപ്പെടാൻ അവളെ സംബന്ധിച്ച് മറ്റൊരു കാരണം കൂടിയുണ്ട്. ഇക്കാലമത്രയും ഒരു പോറൽപോലും ഏല്പിക്കാതെ അയാളെ കരുതലോടെ കൊണ്ടുനടക്കുകയും മറ്റേതൊരു തലതെറിച്ച വാഹനം തലയ്ക്കുമുകളിലേക്ക് പാഞ്ഞുവന്നാൽ പോലും അതിൽ നിന്നൊക്കെ വിദഗ്ദ്ധമായി വെട്ടിച്ചൊഴിഞ്ഞ് അവരെ സുരക്ഷിതമായി കാത്തുപോരുകയും ചെയ്യുന്ന ആ ചെറുവാഹനത്തെ അയാളോടെന്ന പോലെ പ്രിയമാണ് അവൾക്ക്. അതുകൊണ്ട് തന്നെ നിസാർ ഒരുങ്ങിയിറങ്ങുമ്പോഴേക്കും അതിനെ ചുണ്ടിലൊരു പാട്ടിന്റെ ഇശലും മൂളിക്കൊണ്ട് കുളിപ്പിച്ച് തോർത്തി തന്റെ മകളെപ്പോലെ ഒരുക്കി നിർത്തുന്നതിൽ അവൾ മറ്റാരെക്കാളും ഉള്ളിൽ സന്തോഷിച്ചിരുന്നു.

“സാരല്ല, ഗ്ലാസൊന്ന് നനച്ചുതൊടച്ചാ മതി.” ഇന്റർലോക്കിട്ട ഇറയത്ത് വെച്ച പരന്ന സ്റ്റീൽ പാത്രത്തിൽ നിന്ന്, ഈയടുത്ത് വിരിഞ്ഞിറങ്ങിയ കോഴിക്കുഞ്ഞുങ്ങളുടെ കുഞ്ഞിച്ചുണ്ടുകൾ ദാഹം തീർക്കുന്നത് കൗതുകം പൂണ്ടു നിൽക്കുന്ന അവരുടെ എൽ.കെ.ജിക്കാരിയായ കൊച്ചുമോൾ മുല്ലയിലായിരുന്നു നിസാറിന്റെ കണ്ണ്.

“കൊറച്ചൂടി വെള്ളം പാർന്നൊട്ക്കട്ടേ പ്പച്ച്യേ...?”

“ങ്ും... കൊട്ത്തോ.” ഹൃദയത്തിൽ നിന്ന് മുളച്ചൊരു പുഞ്ചിരിയോടെ അത് സമ്മതിക്കുമ്പോൾ, വറ്റിപ്പോകരുതേ എന്ന പ്രാർത്ഥന ഉള്ളിലാകെ നനഞ്ഞു പരക്കുന്നതും അയാളറിഞ്ഞു.

ആൾമറപ്പടവിനു മുകളിലൂടെ കിണറാഴത്തിലേക്ക് കമഴ്ന്ന്, ഫൂട്ട് വാൽവിന്റെ ചുവപ്പുനിറം തെളിഞ്ഞ് തെളിഞ്ഞ് പൊന്തുന്നത് കണ്ട് ശ്വാസം ഉള്ളിലേക്കു വലിച്ച്, ‘ഇനി മതി, ഓഫാക്കിക്കോ’ എന്ന് ആബിദയോട് നെടുവീർപ്പിട്ടതും രണ്ടേ രണ്ടു കോപ്പ വെള്ളം കൊണ്ടും തെറ്റില്ലാത്തൊരു കുളി പാസ്സാക്കാൻ സാധിക്കുമെന്ന് ഒരാവർത്തനമായി ആശ്ചര്യപ്പെട്ടതും, നിമിഷങ്ങൾക്കുമുമ്പായിരുന്നല്ലോ...

ചെറിയൊരു ഗ്ലാസ്സിൽ വെള്ളം കൊണ്ടുവന്ന്, കുഞ്ഞിക്കൈകൊണ്ട് സ്റ്റീൽപാത്രത്തിലേക്ക് കരുതലോടെ ഒഴിച്ചു കൊടുക്കുന്ന മുല്ലയെ നോക്കി നിൽക്കുമ്പോൾ, താൻ ജോലിചെയ്യുന്ന ഗവൺമെന്റ് സ്കൂളിലെ വെള്ള ടാപ്പുകൾക്കു മുന്നിലേക്കാണ് അയാളുടെ ചിന്ത എടുത്തെറിയപ്പെട്ടത്.

ഓഫീസിൽ ക്ലാർക്കിന്റെ ജോലിയിൽ മുഴുകിയിരിക്കുമ്പോൾ കണ്ണുകൾ ഇടയ്ക്കൊക്കെ പകുതി തുറന്നിട്ട ജനാലയിലൂടെയൊന്നു പുറത്തിറങ്ങി ചുറ്റിയടിച്ചു വരും. മൊഞ്ചന്മാരായ ചെറുക്കന്മാരും മൊഞ്ചികളായ ചെറുക്കികളും പൈപ്പിൽ നിന്നും വെള്ളമെടുത്ത് മുഖത്തേക്കെറിഞ്ഞു കളിക്കുന്നതും ഇടയ്ക്ക് ഓഫീസിലേക്കൊരു കാക്കക്കണ്ണെറിഞ്ഞ് പൈപ്പിന്റെ മുമ്പിലെ അരമതിൽ ചാടി ഉള്ളിൽ കടന്ന് കാലിലേക്ക് വെള്ളം തുറന്നിട്ടുകൊണ്ട് പുന്നാരം പറഞ്ഞ് നിൽക്കുന്നതും അതും പോരാഞ്ഞ് ചെറുക്കന്മാർ വെള്ളം കൈക്കുമ്പിളിലെടുത്ത് തലയിൽ തേച്ച് തലമുടി മുള്ളൻപന്നിയുടെ മുള്ളുപോലെയാക്കി ന്യൂജെൻ സ്റ്റൈലിൽ ഓരോ കിറുക്കും കാട്ടി ക്ലാസിലേക്ക് തിരികെ പോകുന്നതുമൊക്കെ അവരറിയാതെതന്നെ നന്നായി കാണാം.

പലപ്പോഴും ശരിക്ക് പൂട്ടാൻ മറന്ന ടാപ്പുകളിൽ നിന്ന് വെള്ളം ഒഴുകിപ്പോവുന്നത് കാണുമ്പോൾ, ഉള്ളിലാകെ ഇതുവരെയില്ലാത്തൊരു ഭീതിയാണ് നിസാറിന്. നിറയെ വെള്ളമുണ്ടായിരുന്നൊരു കിണർ വറ്റിവരണ്ട് അടിത്തട്ട് കാണുന്ന പോലെ. തീപോലെ പൊള്ളുന്ന വിദൂരമായ ഒരിടത്ത്, ഒരു കുഴൽക്കിണറിനടുത്തേക്ക് രാജ്യം മുഴുവൻ ഒഴിഞ്ഞ കുടങ്ങളുമായി ഉറുമ്പുകളെപ്പോലെ വരിയിടുന്ന ചിത്രം അയാളുടെ മനസ്സിലങ്ങനെ തെളിഞ്ഞ് തെളിഞ്ഞ് വരും.

പ്രധാനാധ്യാപകനടക്കം പലരും താക്കീത് ചെയ്തിട്ടും പിരീയഡുകളുടെ ഇടവേളകളിൽ കള്ളനോട്ടം നോക്കി കുട്ടികൾ ഈ പ്രവർത്തി നിർവിഘ്നം തുടർന്നുപോന്നു. വല്ലാതെ ചങ്ക് വരളുമ്പോൾ, ഭാര്യ തന്നയയ്ക്കാറുള്ള തിളപ്പിച്ചാറിയ ജീരകവെള്ളത്തിന്റെ ബോട്ടിലെടുത്ത് ഒരിറക്ക് മാത്രം കുടിച്ച്, ബോട്ടിൽ ബാഗിലേക്കുതന്നെ നിക്ഷേപിക്കുന്ന നേരത്താവും സഹജീവനക്കാരാരെങ്കിലും 'കാട്ടിക്കാ ഒരു കവിൾ, വല്ലാത്ത ദാഹം...' എന്ന് കൈ നീട്ടുന്നത്. നിറമനസ്സോടെ അത് കൊടുക്കാനോ, കൊടുക്കാതിരിക്കാനോ കഴിയാതെ അയാളുടെ ചുണ്ടിലൊരു പുഞ്ചിരി ഉണങ്ങിക്കടിച്ചു. കുപ്പിയിൽ നിന്നും വെള്ളം, ദാഹം മാറാല കെട്ടിയ അവരുടെ മലർന്ന വായിലേക്ക് ഗ്ളും ഗ്ളും എന്ന് നിർഗളിച്ച് തൊണ്ടയിലെ മുഴ ഇടതടവില്ലാതെ ഉയർന്നുതാഴുമ്പോൾ, തന്നോടും മക്കളോടുമായി ആബിദയുടെ ഓർമപ്പെടുത്തലുകൾ അയാളുടെ ചെവികൾക്കു ചുറ്റും ഭ്രമരം ചെയ്യും:

"വെള്ളം കെർതലോടെ ചെലവാക്കണം ട്ടോ ങ്ങള്. വേനലായിറ്റില്ല, അയ്ന് മുമ്പെന്നെ ഞമ്മളെ കേറും വറ്റിത്തൊടങ്ങി."

സാധാരണയായി നിസാർ കൊണ്ടുവരാറുള്ള പച്ചക്കറികളും മറ്റു വീട്ടുസാധനങ്ങളുമൊക്കെ കാറിൽ നിന്ന് എടുക്കാൻ മത്സരിച്ച്, 'ഞങ്ങൾ ക്കെന്തെങ്കിലും കൊണ്ടുന്നിട്ടുണ്ടോ' എന്നൊരു കള്ളലാക്കോടെ കാത്തു നിൽക്കാറുള്ള മക്കൾ, അന്ന് കൊടുംവെയിലേറ്റ പൂക്കൾ പോലെ, കരിഞ്ഞ് നിൽക്കുന്നത് കണ്ട് അയാളുടെ ഉള്ളിലൊരു കിണർ താഴ്ന്നു പോയി. കാറ് നിർത്തിയതും മുല്ലമോൾ പതിവില്ലാത്തൊരു ബേജാറോടെ ഓടി വന്ന് ഒറ്റശ്വാസത്തിൽ കിതച്ചു:

"ഞമ്മളെ മൂന്ന് കോയ്ക്കുട്ട്യാള് ചത്തുപ്പച്ച്യേ..."

അവളുടെ ചിറി 'റ' പോലെ വളയുകയും പുരികങ്ങൾ ചുളിഞ്ഞ് കുഞ്ഞിക്കണ്ണുകൾ ഒന്നുകൂടി ഇറുകുകയും ചെയ്തുള്ള നില്പിലേക്ക് നിസാർ ഉത്ക്കണ്ഠപ്പെട്ടു.

"എങ്ങനേ മുത്തേ....?"

"ഈ ഇമ്മച്ചി നീച്ചാൻ ബെഗ്ഗീട്ടെന്നെ." അവളുടെ കണ്ണുകൾ ഉമ്മച്ചി ക്കുനേരെ കൂർത്തു.

"ഉച്ചയ്ക്ക് തിര്മ്പലും കുളീം കയ്ഞ്ഞ്, ചോറെച്ച് ഒന്ന് കെടന്നപ്പോ. ഈ പൊരി വെയ്ലോണ്ടാവും വല്ലാത്ത കൊയക്ക്...* ഞങ്ങള് നീച്ചാൻ നേരം ബെഗ്ഗിപ്പോയിക്കാ.... "

ആബിദ പശ്ചാത്തപിച്ചു: "പൊറത്തെറങ്ങി നോക്കുമ്പോ, തുള്ളി വെള്ളം കിട്ടാതെ ആ പാത്രത്തിൽ തന്നെ കെടന്ന് അയ്റ്റ മൂന്നും." അവ ളുടെ മുഖം കാലിലെ തള്ളവിരലിലേക്ക് ഒടിഞ്ഞുതൂങ്ങി. ഒന്നും പറയാ നില്ലാതെ വാക്കുകൾ മരിച്ചു നിൽക്കുമ്പോൾ, നെഞ്ചിനകത്ത് അസംഖ്യം വേരുകൾ, ഒരു പ്രേതസിനിമയിലെന്നപോലെ നുരഞ്ഞു പൊന്തുന്ന കറുത്ത കരങ്ങളായി ഊഷരതയുടെ ഉള്ളറകളിലേക്ക് തുരന്ന് തുരന്ന് അസ്വസ്ഥമായി അങ്ങനെ.

അകത്ത് കയറി ഒരേയൊരു ഗ്ലാസ് വെള്ളംകൊണ്ട് ദാഹത്തെ അമർത്തി, ഡ്രസ്സുകൾ ഒരു മൂലയിലേക്ക് ഊരിയെറിഞ്ഞ് ഫാനിട്ട്, ചൂടേറ്റ് പഴുത്ത ഒരിലപോലെ വാടിവീഴുന്ന അയാളെ കിടക്കയുടെ പതുപതുപ്പ് അനുതാപപൂർവ്വം ഏറ്റുവാങ്ങി. ടേബിൾഫാനിന്റെ ഇളങ്കാറ്റ് ശരീര ത്തിലെ വിയർപ്പുതരികളെ തണുപ്പിച്ചുണക്കി. തളർച്ചയിലേക്ക് കണ്ണു കളെ, കാറ്റ് മയക്കിയിടാൻ തുടങ്ങുമ്പോഴും മേശയിലിരിക്കുന്ന മൊബൈൽ തരിപ്പിലേക്ക് വിരലുകൾ തേരട്ടയെപ്പോലെ അരിച്ചുകയറി. അതിന്റെ ആഴങ്ങളിലേക്ക് കൺപോളകളെ അയാൾ പണിപ്പെട്ട് ബല പ്പെടുത്തിയെടുത്തു. മൊബൈൽ വർത്തമാനങ്ങളിൽ നിന്ന്, വരാനിരി ക്കുന്ന വിപത്തിന്റെ ആകുലതകളും ഉൾഭീതിയുമൊക്കെ നല്ലോണം അറിയുന്നുണ്ട്. ഇനിയിപ്പോ വെള്ളം ജെല്ലി രൂപത്തിലാണത്രേ വിപണി യിലെത്തുന്നത്. പണ്ടത്തെ തെല്ലുഗോട്ടിയുടെ രൂപത്തിൽ, അത്രയും

* ക്ഷീണം

വലിപ്പത്തിലുള്ള പളുങ്കുജല ഗുളിക! എന്തൊക്കെ കെമിക്കൽസ് ചേർത്താണാവോ ഇതിന്റെയൊക്കെ നിർമിതിയെന്ന് ആരു കണ്ടു.?

ഉറക്കത്തിനും ഉണർവിനും ഇടയിലുള്ള ഓർമയുടെ നൂൽപ്പാലത്തിൽ കിടന്ന് ഭാരമില്ലാതെ ഒഴുകുമ്പോഴും പുതിയതായി വന്ന വീഡിയോ ക്ലിപ്പിന്റെ ഉള്ളറിയാനായി അയാളുടെ ഉള്ള് തുടിച്ചു. ഹൃദയത്തിലേക്ക് തുറന്നിട്ട ഒരു ഡാമിന്റെ ആർത്തലച്ചുള്ള പെയ്ത്ത്! വെള്ളത്തുള്ളികൾ തെറിച്ച് കൺപീലികൾ തൊട്ടാവാടിയുടെ ഇലയെപ്പോലെ പതിയെ മയക്കത്തിലേക്ക് തളർന്നുകൂമ്പി.

ഇടവത്തിൽ ഉറവ പൊടിയുന്ന പഞ്ചായത്ത് റോഡിൽ തന്റെ കുഞ്ഞി പ്പാദങ്ങൾ പൂണ്ടുപോകുന്നത് ഗൗനിക്കാതെ, വെള്ളച്ചാലിനരികിലൂടെ, ഒടിച്ചുകുത്തിപ്പൂക്കൾ വയലറ്റ് നിറം വിതാനിച്ചു നിൽക്കുന്ന വേലിപ്പറ്റിലെ പച്ചപ്പിന്റെ സമൃദ്ധിയിലേക്ക് ഒറ്റയ്ക്ക് നടന്നുപോവുകയാണ് മുല്ലമോൾ! പുൽപടർപ്പിൽ പളുങ്കുകമ്മൽപോലെ തൂങ്ങിക്കിടക്കുന്ന പുൽത്തേൻ ഇറുത്തുകൊണ്ടുവന്ന്, മയങ്ങിക്കിടക്കുന്ന അയാളുടെ കൺപോളകളെ നുള്ളിപ്പൊളിച്ച് അതിലേക്ക് ശ്രദ്ധയോടെ വീഴ്ത്തുന്ന ഇളംവിരലുകൾ. സുഖദമായ തണുപ്പിൽ ഉറക്കത്തിന്റെ ചുണ്ടിൽ ഒരു കുഞ്ഞിന്റെ കിനാ ച്ചിരി കുളിരുന്നതിനു പകരം, അരികുചാലിലെ തെളിനീരിൽ നിന്ന്, കുത്തൻകല്ലുകൾക്കിടയിലൂടെ വിലസി നടക്കുന്ന മുശിക്കുഞ്ഞുങ്ങൾ നി സാറിന്റെ വരണ്ട കണ്ണുകളിലേക്ക് ചാടിക്കയറി വാലിട്ടടിച്ചു പിടഞ്ഞു.

കണ്ണുകൾ എരിഞ്ഞ് അയാൾ ഞെട്ടിയുണർന്നു.

ഓറഞ്ചിന്റെ പച്ചത്തൊലിയും കൈയിൽ പിടിച്ച് ഒരു കള്ളച്ചിരിയോടെ മുല്ലമോൾ മുന്നിൽ!

“നിന്നെ ഞാൻ....” കണ്ണുതിരുമ്പിക്കൊണ്ട് കയ്യോങ്ങിയതും ചിരി ക്കിലുക്കായി അവൾ ഓടിക്കളഞ്ഞു. ഉറക്കം നീറിയൊഴിഞ്ഞു പോയ പ്പോൾ, പുറത്തെ ഉഷ്ണത്തിന്റെ ആവിയിലേക്കിറങ്ങി, മുറ്റത്തെ സിമന്റുകട്ടയിൽ നിന്നും ഉള്ളങ്കാൽ പൊള്ളി അയാൾ, ആദ്യം കിണറ്റി ലേക്കും പിന്നെ മുകളിലേക്കും മിഴികൾ നീട്ടി. ആകാശത്തെ പാടേ മറന്നു പോയ മേഘങ്ങളെല്ലാംകൂടി നെഞ്ചിലേക്ക് കുമിഞ്ഞ് കനക്കുന്ന പോലെ. ഇത്രയും കൊടും പരീക്ഷണങ്ങൾക്ക് ഇരയാവാൻമാത്രം എന്തപരാധങ്ങളാണാവോ തന്റെ കരങ്ങൾ ചെയ്തുകൂട്ടിയത്? ചൂടുകുരു ക്കൾ പൊന്തിവരുന്ന കൈകളിലേക്ക് അയാൾ ഭയത്തോടെ മിഴിച്ചു. ഹൃദയം ഇരുട്ടിനേക്കാൾ കറുത്ത് പൊതിയപ്പെടുന്ന പോലെ അയാൾക്ക് തോന്നി.

ചില മുൻകരുതലുകളൊക്കെ എടുത്തേ മതിയാവൂയെന്ന് ബുദ്ധി ഊണിലും ഉറക്കത്തിലും അയാളെ പേടിപ്പെടുത്തിക്കൊണ്ടിരുന്നു.

അങ്ങനെയാണ് വീടിനകത്തും പുറത്തും കൃത്രിമ മഴകൊണ്ട് തന്നെയും കുടുംബത്തെയും സുലഭമായി കുളിപ്പിച്ചുകൊണ്ടിരുന്ന ഷവറു കളുടെ സേവനം അയാൾ നിർത്തലാക്കിയത്. എന്തൊക്കെയാണെങ്കിലും

അടുക്കളയിൽ വെട്ടിത്തിളങ്ങി നിന്നിരുന്ന സിങ്കിന്റെ മുഖം ഇത്തിരിയൊന്ന് മങ്ങി കനംതൂങ്ങിയത് അത്ര കാര്യമാക്കാതെ, അതിനുമുകളിലും ബാത്ത്റൂമുകളിലും സയാമീസ് ഇരട്ടകളെപ്പോലെ ഒട്ടിനിന്നിരുന്ന ടാപ്പുകളിൽ ഓരോന്നിനെ അല്പം വേദനയോടെ വേർപിരിച്ചത്. മുറ്റത്ത് തളർന്ന നാവുനീട്ടി നിൽക്കുന്ന ചെടികൾക്ക്, പാത്രംകഴുകിയ വെള്ളം കൊണ്ടുവന്ന് ഒഴിച്ചുകൊടുത്തിട്ട്, 'നിങ്ങൾക്കിപ്പോ ശുദ്ധജലം തന്നെ വേണംന്ന് നിർബന്ധൊന്നൂല്ലല്ലോ...' എന്നൊരു സാന്ത്വനിപ്പിക്കലോടെയാണ്, പൂന്തോട്ടത്തിലെ ടാപ്പുകളുടെ പ്രവർത്തനത്തിന് തടയിട്ടത്. ബാത്ത്റൂം ഫ്ളഷുകളിലെ ജലനിരപ്പ് പരമാവധി താഴ്ത്തി ക്രമീകരിക്കാനായി വിചാരിച്ചതിലും കുറച്ചധികനേരം അതിനകത്തിരുന്ന് വിയർത്തൊഴുകിയത്.

മാത്രമല്ല, വാട്സാപ്പ് വഴി കിട്ടിയ നിർദേശപ്രകാരം വീടിനുചുറ്റും ഇറയത്ത് ഓടിനുകീഴെ പാത്തി സ്ഥാപിക്കുകയും കിണറിന്റെ മൂന്ന് മീറ്റർ അടുത്ത് ഒരുമീറ്റർ ചുറ്റളവിൽ അത്ര തന്നെ ആഴത്തിൽ ഒരു കുഴിയെടുത്ത് അതിൽ നിറയെ തേങ്ങാ ചകിരി കമഴ്ത്തി ക്രമത്തിൽ അടുക്കി വെക്കുകയും ശേഷം പള്ളിയിൽ പോയി മഴയ്ക്കുവേണ്ടിയുള്ള പ്രത്യേക പ്രാർത്ഥനകളിൽ, തുല്യ ദുഃഖിതരായിട്ടുള്ള ജനത്തോടൊപ്പം ചേർന്ന് നിസാറിന്റെയും കുടുംബത്തിന്റെയും ഹൃദയങ്ങൾ ഒരേ അനുപാതത്തിൽ ഉരുകുകയും...

"മൺസൂൺ എന്നാല് എന്താണ്പ്പച്ച്യേ....?"

രാത്രി, പഠിച്ചുകൊണ്ടിരിക്കുമ്പോൾ നാലാം തരക്കാരിയായ മൂത്ത മകൾ പൊന്നി അയാളുടെ അടുത്ത് വന്ന് ചോദിച്ചു. സത്യത്തിൽ മൺസൂൺ എന്താണെന്ന് അയാളും മറന്നുപോയിരുന്നു! ഓർമയിൽ ചികഞ്ഞപ്പോൾ, നമുക്ക് എന്നോ നഷ്ടപ്പെട്ടുപോയൊരു കിനാവാണ് പൊന്നേ അത് എന്ന് പറയാനാണ് ആദ്യം തോന്നിയതെങ്കിലും,

"മഴക്കാലം." അയാൾ പറഞ്ഞു:

"ഇടമുറിയാതെ പെയ്യുന്ന പെരുമഴക്കാലം. "

ആലിപ്പഴം പെറുക്കി മഴയിൽ കുളിർന്ന കുട്ടിക്കാലവും ഓട്ടിൻ പുറത്ത് നിന്ന് കൊക്കിപ്പാറി താഴേക്ക് പറന്നിറങ്ങുമ്പോൾ നിയന്ത്രണം കിട്ടാതെ, ഉറവ വറ്റാത്ത മുറ്റത്തെ കാന്താരിമുളകിന്റെ നിറമുള്ള പച്ചപ്പായലിൽ കാൽ തെന്നി നീളത്തിൽ വഴുക്കിവീഴുന്ന കോഴികളെ നോക്കി പൊട്ടിച്ചിരിച്ചതുമൊക്കെ അയാളുടെ ചുണ്ടിൽ ചിരിപൊട്ടി.

മുഖത്തേക്ക് വിസ്മയിച്ച മകൾ, ആ ഉത്തരത്തിൽ തൃപ്തിപ്പെട്ടോ ആവോ, അവൾ പിന്നെയൊന്നും ചോദിച്ചില്ല. എങ്കിലും റഫ്ബുക്കിൽ എഴുതിയ 'മൺസൂൺ' എന്ന വാക്കിനു മുകളിലൂടെ വൈമനസ്യത്തോടെ അവളൊരു വരയിടുന്നത് ഒട്ടൊരു ഉത്ക്കണ്ഠയോടെ നിസാർ കണ്ടു...

വീടിന്റെ ടെറസ്സിൽ നിന്നും ഉള്ളിലേക്ക് വമിക്കുന്ന ആവിയിൽ അകം പുറം വെന്ത് അവരുടെ പകലിരവുകൾ വിയർത്തൊഴുകി പുലരുകയും, വിയർത്തൊഴുകി ഇരുളുകയും ചെയ്തു.

"എന്തൊര് ചൂരാണിക്കാ ങ്ങളെ ബെസർപ്പിന്, ആ സ്പ്രേയൊന്ന് അടിച്ചാണീം."

ആബിദയുടെ അസഹ്യത അയാളുടെ ഉണർവുകളെ അലോസരപ്പെടുത്തുമെങ്കിലും ചില ജൈവസത്യങ്ങളുടെ അനിവാര്യതകളെ ഉൾക്കൊള്ളാൻ അയാളും ശീലിച്ചു തുടങ്ങിയിരുന്നു. ജലദൗർലഭ്യത്താൽ രാത്രിയിലെ മേല് കഴുകൽ അവർ നിർത്തിയിട്ട് ദിവസങ്ങളെത്രയോ ആയിരുന്നു! ജനാല തുറന്നിട്ടു കിടന്നാൽ കാറ്റു വരുമെന്ന ചെറിയൊരു പ്രതീക്ഷയെങ്കിലും കിട്ടും. പക്ഷേ, ആഗ്രഹമുണ്ടെങ്കിലും ആബിദയ്ക്കും മക്കൾക്കും ഭയമാണ്, പാമ്പുകൾ കയറിവരുമത്രേ! മാത്രവുമല്ല ദിവസങ്ങൾക്കു മുമ്പ് അയൽവീട്ടിൽ കള്ളൻ കയറിയതിന്റെ ഓർമയും ഒരു നിഴൽക്കുത്ത് പോലെ കൂടെയുണ്ട്.

"ഇപ്പച്ച്യേ... ഈ പൊന്നിനെ എന്തൊര് ഒട്ടലാ... വിട്ട് കെടന്നാ." കട്ടിലിന്റെ അരികിൽ കിടന്ന് അന്യോന്യം കലഹിച്ച് ഉറങ്ങാതെ കിടക്കുന്ന മക്കളോട് നിസാർ ഗൃഹനാഥന്റെ ശൗര്യമെടുത്തു:

"ഒറങ്ങെടീ വേഗം. രാവിലെ മദ്രസ്സില്ലേ ങ്ങക്ക്?"

ആബിദയുടെ ശബ്ദമില്ലാത്ത ചിരിയനക്കം ഇരുട്ടിലും നിസാർ അറിഞ്ഞു. രാവിന്റെ നിഗൂഢതകളിലൂടെ നീരുറവ പരതിയലഞ്ഞ് പലപ്പോഴും നിരാശനായി, നെഞ്ചിലെ വിയർപ്പൊട്ടലിലേക്ക് തുരുതുരാ നെടുവീർപ്പുകളൂതി ഒരാശ്വാസത്തിനെന്നോണം മൊബൈൽ തപ്പിയെടുത്ത് അതിന്റെ നീലവെളിച്ചത്തിലേക്ക് അയാൾ കണ്ണ് കൂർപ്പിച്ചു.

"ങ്ഹും... തൊടങ്ങി... വാട്സ്സപ്പിലും ഫേസ്ബുക്കിലും മാന്തല്!" അവൾ പിറുപിറുത്തു: "ങ്ങളതൊന്ന് ഓഫാക്ക്വോ....? ബാക്കിള്ളോർക്ക് ഒറങ്ങണം." മനുഷ്യസഹജമായ ആസക്തികളൊടുങ്ങാതെയുള്ള അവളുടെ ചെടിപ്പ് അയാൾക്ക് മനസ്സിലാകാറുണ്ട്. അതിനെ തഞ്ചത്തിൽ മയപ്പെടുത്തിയെടുക്കാനായി അയാൾ വാക്കുകൾ തിരയും:

"ഇതൊക്കെള്ളതോണ്ടാ ചെലവ് കൊറഞ്ഞ രീതില് മഴവെള്ള സംഭരണിണ്ടാക്കാൻ പറ്റ്യേത്. അത് മറക്കണ്ടാ."

"അദിന്പ്പോ മഴീംകൂടി പെയ്യെണ്ടിക്കാ?"

"എന്ത് ചെയ്യാനാ? എവ്ടെന്നും ഒര് തുള്ളി കിട്ടാനില്ലല്ലോ!" ആബിദയെ ചൊടിപ്പിക്കാൻ വേണ്ടി തന്നെയാണ് എവിടന്നും എന്നതിന് അത്രയും ഊന്നൽ കൊടുത്തത്.

"എന്ത് പറഞ്ഞാലുംണ്ടല്ലോ അവസാനൊര്... മന്സ്സമ്മാര് മനസ്സില് തോന്ന്ണതൊക്കെ ചെയ്ത് കൂട്ടുമ്പോ ഒന്നിനെപ്പറ്റീം ഒര് വിജാരോംണ്ടാവൂല. പൊഴീം കേറും കൊളോം മാത്രല്ല, മന്സ്സനും നീര് വറ്റും ങ്ഹാ...."

അയാൾ ഒന്നും മിണ്ടാതെ കിടന്നു.

“മയ പെയ്യാതിര്ന്നാ ഞമ്മളും മരിക്ക്വോ പ്പച്ച്യേ?” ഇരുട്ടിൽ നിന്ന്, ഉറങ്ങി എന്നു കരുതിയിരുന്ന മുല്ലയുടെ ചോദ്യം അയാളുടെ നെഞ്ചി ലേക്ക് താഴ്ന്നു. ഒരുകാലത്ത്, രണ്ടു പടികൾ ചേർത്തിട്ട് ഒന്നാക്കിയ കട്ടിലിൽ ഉമ്മയുടെയും ഉപ്പയുടെയും അരികത്ത് ചുമരരികിലേക്ക് കണ്ണടച്ച് ഉറങ്ങിയപോലെ ശ്വാസംപിടിച്ചു കിടക്കുന്ന ഒരഞ്ചുവയസ്സു കാരനെ അയാൾ കണ്ടു!

ഉറക്കം നടിച്ചു കിടന്ന കള്ളത്തരത്തിന് മുല്ലക്ക് ഒരടി കൊടുക്കാ നായി ചുണ്ടിലൊരു ചിരിയൂറിയെങ്കിലും അത് ചെയ്യുന്നതിനുപകരം ആബിദയുടെ ചന്തിക്കൊരു നുള്ള് കൊടുക്കുകയാണ് നിസാർ ചെയ്തത്! കളങ്കമറ്റവാക്കുകൾ പലപ്പോഴും ഭീതിയിലേക്കാണ് കൂട്ടിക്കൊണ്ടു പോകുന്നത്. മറുപടി പറയാൻ ഭയം തോന്നി.

“പടച്ചോനോട് പറഞ്ഞാൽ മതി, മഴ പെയ്യും.” അവളെ സമാധാനി പ്പിക്കുമ്പോൾ ശബ്ദം തളർന്നുപോകുന്നത് അയാളറിഞ്ഞു.

“വെറ്തേ പറഞ്ഞാലൊന്നും പടച്ചോൻ കേക്കൂല, എല്ലാരീം സഹാ യിച്ചണം, നിസ്ക്കരിക്കും മാണം....” ഇളംവാക്കുകൾക്കും എന്തൊരു പൊള്ളലാണ്! വാക്കുകളുടെ ചൂടിൽ ശബ്ദം ചങ്കിൽ വറ്റി. മിഴിഞ്ഞ് നിൽക്കുന്ന കണ്ണുകളിലാകെ ഇരുട്ട് കറുകറുത്ത് മൂടി.

“ഇച്ച് ഈറ കടിച്ച്ണ്ണ്ട് ട്ടോ പ്പച്ച്യേ, ഈ പടച്ചോനോട് നാളെ ഞാനാ കുജ്ജില് പോയി പാത്തും. അല്ല പിന്നെ...”

മുല്ലയുടെ ഇത്തരം വർത്തമാനം സാധാരണ ചിരിയുണർത്താ റുണ്ട്. എന്നാലിപ്പോൾ മനസ്സിലാകെ ഇരുട്ട് നിറയുകയാണ്. പഴുതാര കളായി അരിച്ചുകയറുന്ന ചിന്തകളാൽ ഉള്ള് ചുട്ട്, അർദ്ധമനസ്സോടെ മൊബൈൽ ഓഫാക്കി, ആബിദ ഉറങ്ങുന്നതും കാത്ത് കണ്ണുംതുറന്ന് മിണ്ടാതെ കിടന്നു. അവളെ പറ്റിപ്പിടിച്ചു കിടക്കുന്ന മുല്ലമോളുടെ ചൂണ്ടു വിരലിൽ പതിയെ പരതിപ്പിടിച്ചപ്പോൾ, ഉൾക്കിണറിൽ ഉറവ പൊടിയു ന്നത് അയാളനുഭവിച്ചു. വെറുതെ ഒഴുകിപ്പോകുന്ന വെള്ളത്തെപ്പറ്റി അപ്പോഴും അയാൾക്കുള്ളിൽ സങ്കടം നിറഞ്ഞൊലിച്ചു...

ആബിദയുടെ ദേഹത്തേക്ക് കയ്യുംകാലും വലിച്ചിട്ട്, തിരിഞ്ഞും മറിഞ്ഞും കിടക്കുന്ന മുല്ലമോളുടെ പാദസരക്കിലുക്കം, രാത്രിയുടെ ഏതോ യാമത്തിൽ അവളുടെ ഉപ്പച്ചി കിടക്കുന്നയിടത്തെ ശൂന്യതയറിഞ്ഞ് കണ്ണുമിഴിച്ചു.

നേരം പുലരാറായപോലെ മങ്ങിയ നിലാവ്. കാറ്റ് തീരെയില്ലെങ്കിലും അന്തരീക്ഷത്തിന് ചെറിയൊരു പനിത്തണുപ്പുണ്ട്. ഉള്ളിലെ ചൂട് അസഹ്യമായപ്പോഴാണ് ശബ്ദം കേൾപ്പിക്കാതെ എണീറ്റ് വാതിൽ തുറന്ന് നിസാർ പുറത്തെ സിറ്റൗട്ടിലേക്കിറങ്ങിയത്. കുറെയിരുന്നപ്പോൾ, കനത്ത നിശ്ശബ്ദതയിൽ ഒരു മനുഷ്യാരവം ഇറക്കമിറങ്ങി കിഴക്കോട്ടു വരുന്നത്

കണ്ടു. നിഴൽരൂപം മാത്രമുള്ള ഒരുകൂട്ടമാളുകൾ എന്തൊക്കെയോ സംസാരിച്ചുകൊണ്ട് വരികയാണ്. ഗിരിജൻ കോളനിയിലെ നീലിയമ്മ യുടെ ശബ്ദം തെളിഞ്ഞു കേൾക്കായി.

“എങ്ങോട്ടാ നീല്യമ്മേ ഈ നേരത്ത്....” അവർ, പൂട്ടിയിട്ട ഗേറ്റിനടു ത്തെത്തിയപ്പോൾ അയാൾ വിളിച്ചു ചോദിച്ചു.

“കേക്കേപ്പൊാടത്ത് ഒര് കുയ്യ്ല്ത്തിരി ബെള്ളംണ്ടോലോ കുട്ട്യേ... അങ്ങട് പോക്വാ...”

അയാളെ നിശ്ശബ്ദനാക്കി ആൾക്കൂട്ടം മങ്ങിയ ഇരുട്ടിലേക്ക് അലിഞ്ഞു പോയി.

പിന്നെയവിടെ ഇരിക്കാൻ തോന്നിയില്ല. ശബ്ദമുണ്ടാക്കാതെ വന്ന് റൂമിലേക്ക് കയറുകയായിരുന്നു.

“ഇങ്ങക്ക് മാത്രേ ചൂടൊള്ളൂ?” ഇരുട്ടിൽ നിന്ന് മുല്ലയുടെ, രാകി മുന കൂർപ്പിച്ച ചോദ്യം! ഇവളിത് വല്ലാത്തൊരു സാധനം തന്നെ! സീറോ ബൾബിന്റെ വെളിച്ചമിട്ട്, മിണ്ടരുതെന്ന് അവളോട് ചൂണ്ടുവിരൽ ചുണ്ടിൽ കുറുകെ വെച്ച്, ബെഡ്ഡിന്റെ അരികിൽ പോയി കമഴ്ന്നു. മുല്ലയുടെ പുറത്ത് പതിയെ തലോടിയപ്പോൾ അറിയാതെപ്പോഴോ അയാളുടെ വിരലുകൾ ഉറങ്ങിപ്പോയി.

പുലർച്ചെ കിണറ് താഴ്ത്താനായി പണിക്കാർ വന്നു. കയറും കൊട്ടയും പണിയായുധങ്ങളുമായി അവർ കിണറ്റിലേക്ക്. ഉണ്ടായിരുന്ന ഇത്തിരി വെള്ളം മോട്ടറിട്ട് പാത്രങ്ങളിലേക്ക് പിടിച്ചു. മണ്ണ് മുകളി ലേക്കും കാലിയായ കുട്ട താഴേക്കും ചടുലമായി കയറിയിറങ്ങി. ആബിദ അവർക്ക് നാരങ്ങ വെള്ളം കലക്കി. ആൾമറപ്പടവിന് ചുറ്റും ആധി കയറി നടക്കുന്ന നിസാറിനോട് ആബിദ പറഞ്ഞു:

“നിസാർക്കാ, ഇനീം വെള്ളം കിട്ടീലെങ്കി ഞാനൊര് പണ്യങ്ങ്ട് കാട്ടും...”

അവളത് പറഞ്ഞ് തീർന്നതും, കിണറിന്റെ അടിയിൽ നിന്നും ക്ടീം എന്നൊരു ശബ്ദം കരിങ്കൽച്ചീള് പോലെ മുകളിലേക്ക് തെറിച്ചു!

“ദിനേശാ... എന്താടാ അദ്?”

“ചതിച്ചു നിസാർക്കാ.... മുഴ്വൻ പാറേണ്. ഒര് രക്ഷീംല്ലാ.”

നിന്റെ നാക്ക് വല്ലാത്തൊര് അറംപറ്റലായല്ലോ ആബിദാ എന്ന് പറയുംപോലെ അയാൾ ഭാര്യയുടെ മുഖത്തേക്ക് മിഴിച്ചു. അവൾ ഇടി വെട്ടേറ്റ പോലെ നിൽക്കുകയാണ്. മണ്ണ് മുഴുവൻ കോരി വൃത്തിയാക്കി പണിക്കാർ കിണറ്റിൽ നിന്നും കയറി മുകളിലെത്തിയതും നിസാറിന്റെ അരികിൽ നിൽക്കുകയായിരുന്ന ആബിദ നിറയെ പാറയുള്ള ആ കിണറ്റി ലേക്ക് എടുത്തങ്ങുചാടി.

“ആബിദാ...” നിസാർ ഉറക്കെ നിലവിളിച്ചു.

“എന്താണ്പ്പച്ച്യേ?” മുല്ലമോൾ അവളുടെ ഉമ്മച്ചിയുടെ ഇടുപ്പിനു മീതേക്കൂടി അയാളുടെ ദേഹത്തേക്ക് കൈ നീട്ടി.

“ഉമ്മച്ചി എവടേ?” അയാൾ വിയർത്ത് കിതച്ചു.

“ഉമ്മച്ചിദാ ഇങ്ങളെർത്ത് ഒറങ്ങ്ണ്.”

പോത്ത് പോലെ ഉറങ്ങുന്ന അവളൊന്ന് ഉണർന്ന് ആശ്വസിപ്പിച്ചിരുന്നെങ്കിൽ എന്ന് അയാളപ്പോൾ വല്ലാതെ ആഗ്രഹിച്ചു.

“ഇപ്പച്ചി സ്വപ്നം കണ്ടോ....?” മുല്ലമോൾ അയാളുടെ പുറത്ത് മെല്ലെ കൈ വെച്ചു. അയാളപ്പോൾ ഒരു കൊച്ചുകുട്ടിയെപ്പോലെ ശബ്ദമില്ലാതെ കരഞ്ഞു.

നിസാറിന്റെ കൂട്ടലും കിഴിക്കലും ഗുണിക്കലുമെല്ലാം പിഴച്ചു. വൈറ്റ്നറെടുത്ത് മായ്ച്ചുകൊണ്ട് നെഞ്ചിലേക്ക് ഊതിയൂതി അയാൾ തോറ്റു. പേബിൽ രജിസ്റ്ററിലെ അക്കങ്ങളിൽ മനമുടക്കി, വാർഷിക ഇൻക്രിമെന്റിലേക്കുള്ള ദൂരവും, പ്രഖ്യാപിക്കാതെ പോകുന്ന ക്ഷാമബത്തയുടെ അനിശ്ചിതത്വവും, ഓരോ അധ്യായനവർഷവും വറ്റിവരുന്ന കിണർപോലെ താഴ്ന്നുപോകുന്ന കുട്ടികളുടെ എണ്ണവും അയാളുടെ നീണ്ട നെടുവീർപ്പുകളായി പരിണമിച്ചു.

ഇരിക്കുന്ന കസേര മെല്ലെ മെല്ലെ ഇളകുന്നതായി അയാൾ ഭയപ്പെട്ടു. എ.സി. ഇല്ലാത്ത കാറിന്റെ വിൻഡോ ഗ്ലാസ് തിരിച്ചു താഴ്ത്തുമ്പോൾ, വരണ്ടു മലർന്നു കിടക്കുന്ന പാടങ്ങളിൽ നിന്ന് അകത്തേക്ക് വീശിയടിച്ച ഉഷ്ണക്കാറ്റ് അയാളെ പൊള്ളിച്ചു. കടകളിലും ജലപാനീയങ്ങൾ വറ്റിത്തുടങ്ങിയതോടെ പല ദിവസങ്ങളിലും മടങ്ങുമ്പോൾ ഒഴിഞ്ഞ പാത്രങ്ങളുമായി ഉള്ളിൽ തീപിടിച്ച മനുഷ്യർ നാലുപാടും പരക്കം പായുന്നത് അയാൾ കണ്ടു.

ദാഹിച്ചുവലഞ്ഞ്, വിയർപ്പിൽ കുതിർന്ന് വീടണഞ്ഞ ഒരു ദിവസം, പ്ലാസ്റ്റിക് കുടവുമായി മുറ്റത്ത് നിൽക്കുന്ന ആബിദയോട് നിസാർ പരവശനായി:

“ഒര് ഗ്ലാസ് വെള്ളട്ത്താടീ... ചങ്കൊന്ന് നനയ്ക്കട്ടെ.”

അയാളുടെ വരണ്ട് കരിവാളിച്ച മുഖത്തേക്ക് അവൾ ഭയത്തോടെ നിരാശപ്പെട്ടു:

“ഒര് തുള്ളി വെള്ളംല്ലിക്കാ... ഞമ്മളെ കേറും പറ്റെ വറ്റി, എവടേങ്കിലും പോയോക്കാൻ വേണ്ടി എറങ്ങീതാ ഞാൻ.”

നിസ്സഹായനായി പകച്ച് ഒരാശ്രയത്തിനെന്ന പോലെ ചുറ്റും നോക്കിയ അയാൾക്ക്, പൊടുന്നനെ ആ കാഴ്ച കണ്ട് സർവ്വ നിയന്ത്രണവും അറ്റു. ശരിക്ക് പൂട്ടാൻമറന്ന മുറ്റത്തെ ടാപ്പിൽ നിന്ന് അവസാനത്തെ തുള്ളി ജലവും ഇറ്റി വീഴുന്നു. പടച്ച തമ്പുരാനേ എന്നൊരു നിലവിളിയോടെ ഓടിച്ചെന്ന് പൈപ്പ് പൂട്ടുന്നതിനിടയിൽ, അയാളുടെ തൊണ്ടക്കുഴിയിൽ നിന്നും ഇടിവെട്ടുന്നൊരു ശബ്ദം പുറത്തേക്ക് തെറിച്ചു.

"ആരാടീ, പൈപ്പ് തുറന്നിട്ടത്?"

ഞെട്ടിത്തരിച്ച് പുറത്തു വന്ന മൂത്ത മകൾ പൊന്നി അയാളുടെ കലിപ്പിലേക്ക് വിറയലോടെ പകച്ചു. അവളുടെ ചുണ്ട് വിറയാർന്നു:

"ഞാൻ മറന്ന് പോയതാണ്പ്പച്ചീ."

നിസാർ, ഈ ഭൂമിയിലുള്ള സർവ്വ വെള്ള ടാപ്പുകളെയും ഓർത്തു. അതിന് മുമ്പിൽ നിന്ന് ജലോത്സവം നടത്തുന്ന അനുസരണക്കേടുകളെ ഓർത്തു. അയാളുടെ അണപ്പല്ലുകൾ ഞെരിഞ്ഞമർന്ന് ഒച്ചപൊന്തി:

"ആയിരം വട്ടം പറഞ്ഞിട്ടില്ലേടീ ഞാൻ നിങ്ങളോടൊക്കെ?"

അയാളുടെ വലതുകൈ മകളുടെ തുടുത്ത കവിളിൽ അനന്നാദ്യമായി ഇടിമിന്നലായി. തികച്ചും അവിചാരിതമായ ആ ആഘാതത്തിൽ, അവളുടെ ചുണ്ടുകൾ അനിയന്ത്രിതമായി വിതുമ്പി. മിഴിവക്കുകളിൽ നിന്ന് രണ്ട് തെളിനീർച്ചാലുകൾ കവിളിലേക്ക് തുളുമ്പിച്ചാടി...

ഒരു നിമിഷം,

ദാഹിച്ച് ചങ്കു വിണ്ട്കീറിയ നിസാറിന്റെ തരിശുമിഴികളിൽ എരിവ് പടർന്ന് ഇരുട്ട് മൂടുകയും ഒരൊറ്റക്കുതിപ്പിന്റെ ആയലിൽ, മകളുടെ കവിളിലെ കണ്ണീർച്ചാലിലേക്ക് അയാൾ ചുണ്ടു ചേർക്കുകയും ചെയ്തു.

■

ഡാലിയ, ഡാലിയ

അവളുടെ പേര് ഡാലിയ എന്നായതുകൊണ്ടുമാത്രമല്ല അവൾ ഡാലിയ പ്പൂക്കളെ അത്രമേൽ സ്നേഹിച്ചിരുന്നതെന്നും അതവളുടെ രക്തത്തിൽ ത്തന്നെ പ്രാണൻപോലെ അലിഞ്ഞുചേർന്ന ഒരു പ്രാർത്ഥനയായിരുന്നു വെന്നും അയാൾക്ക് മനസ്സിലായിട്ട് വർഷങ്ങളേറെയായിരുന്നു.

വിവാഹം കഴിഞ്ഞ് അഞ്ചു വർഷം കാത്തിരിക്കേണ്ടി വന്നു, അവ ളുടെ ആഗ്രഹം പോലെ നാടുകാണിച്ചുരം കയറി ഗൂഡല്ലൂർ വഴികളിലെ തണുപ്പറിഞ്ഞുകൊണ്ട് ഡാലിയപ്പൂക്കളുടെ നാട്ടിലേക്ക് അവർക്കൊരു മിച്ചൊരു യാത്ര പോകാൻ.

പല്ലുകൾ കോച്ചുന്ന തണുപ്പിൽ, ചുണ്ട് വിറച്ചുംകൊണ്ട് തന്റെ സ്വെറ്ററിനുള്ളിൽ കയറിക്കൂടി, ആരു കണ്ടാലും ഒന്നുമില്ലെന്ന മട്ടിൽ ഒരു പ്രാക്കുറുകലോടെ അവൾ ചേർന്നു നടന്നത്.

ഫ്ളവർ ഷോയിൽ, ബിഗോണിയ, യൂഫോർബിയ, വെറൂണിയ, അടീന, വെർബിന, ബാൾസം, കോളിയോസ്, ഫ്ളോക്സ്, അതൂത, ഫെമിന, സെലോബിയ, ജർബറ... ഇങ്ങനെ നൂറായിരം ചെടികളെയും പൂക്കളെയും ഗൈഡിൽ നിന്ന് കേട്ടമ്പരന്ന് പൂക്കളുടെ വർണവിസ്മയ ങ്ങളിൽ കണ്ണഞ്ചി നിന്ന്, എന്തൊക്കെയായാലും ഊട്ടിയിലെ രാജ്ഞി ഡാലിയ തന്നെ എന്ന് ചിരിയോടെ മൊഴിഞ്ഞത്. ജീവിതത്തിലൊരിക്കലും മറക്കാൻ കഴിയാത്ത അനർഘ നിമിഷങ്ങളാണിതെല്ലാമെന്ന് രാത്രി, ഉടലുകൾ മൂടിയ കമ്പിളിക്കുള്ളിൽ തന്റെ നെഞ്ചിൽ തലവെച്ചുകിടന്ന് കണ്ണു നിറച്ചത്...

അന്നു വാങ്ങിക്കൊണ്ടുവന്ന ഡാലിയച്ചെടിയുടെ വിത്ത്, ഇന്ന് അയാളുടെ പൂന്തോപ്പിലെ ഏറ്റവും കാഴ്ചയുള്ള ഒരിടത്ത് അരയോളം ഉയരത്തിൽ വളർന്നു നിൽക്കുന്നു!

ലിത്തോ മാപ്പും, എഫ് എം ബിയുമായി, മഴയിൽ തണുത്ത് കുളിർന്നും വെയിലിൽ വിയർത്ത് നനഞ്ഞും കാടും മേടും താണ്ടി, വയൽപ്പച്ചകൾ കടന്ന് ഫലവൃക്ഷങ്ങളുടെ വിളവെടുപ്പ് പരീക്ഷണം നടത്തിയും സീസൺ ക്രോപ്പുകൾ എണ്ണിത്തിട്ടപ്പെടുത്തിയും സിസി പ്ലോട്ട് സെലക്ഷൻ നടത്തിയും തളർച്ചയോടെ വീടണയുമ്പോൾ, ഉറങ്ങിക്കിടക്കുന്ന വീട്ടിൽ

നിന്ന് കേൾക്കുന്ന വാർദ്ധക്യത്തിന്റെ ഊർധ്വൻ വലിയും ഡാലിയച്ചെടിയുടെ അരികിൽ തപം ചെയ്യുന്ന ഭാര്യയുടെ മൗനവും അയാളെ വേദനിപ്പിച്ചു.

അമ്മ കുഞ്ഞിനെയെന്നപോലെ കരുതലോടെ വെള്ളവും വളവും നൽകി, തളിരിലെ പുഴുക്കുത്തും വാട്ടവും നോക്കി ചെടികളെ, പ്രത്യേകിച്ചും ഡാലിയയെ പരിചരിക്കുന്ന അവളെ പലപ്പോഴും അവളറിയാതെ കൺനിറച്ചു നോക്കി നിന്നുപോയിട്ടുണ്ട്...

"ഡാലീ... നീയവിടെ എന്തെടുക്കുവാ?"

ഡാലിയച്ചെടിക്കടുത്തുനിന്നും അയാൾ അടുക്കളയുടെ ഭാഗത്തേക്ക് വിളിച്ചു:

"ഒന്നിങ്ങു വന്നേ, ഒരു രസം കാണിച്ചു തരാം."

"എന്താ നന്ദേട്ടാ ഇത്? ഞാറാഴ്ച എന്റെ ഒരു പണിയും തീരാത്തതിന് കാരണം നന്ദേട്ടൻ തന്ന്യാ." നനഞ്ഞ കൈ മാക്സിയിൽ തുടച്ചുകൊണ്ട് അവൾ ഓടി വന്നു.

"നീ ഇതൊന്ന് നോക്ക്യേ. "

അയാൾ മന്ദഹാസത്തോടെ ചൂണ്ടിക്കാണിച്ചിടത്തേക്ക് അവൾ കൗതുകം പൂണ്ടു.

അവിടെ, ഡാലിയച്ചെടിയുടെ വെള്ളത്തണ്ടുപോലെയുള്ള കാണ്ഡത്തിൽ ഇലഞെട്ടിന് തൊട്ടു താഴെ രണ്ടു പച്ചത്തുള്ളന്മാർ! ഒന്നിനുപുറത്താണ് മറ്റേതിന്റെ ഇരിപ്പ്. ആരോ ശ്രദ്ധിക്കുന്നു എന്നു തോന്നിയതുകൊണ്ടാവാം, അവയുടെ കടുകുമണിക്കണ്ണുകളിൽ ഒരു മഞ്ഞുതുള്ളിയുടെ പരിഭവം ഇളകിയത്!

"അയ്യേ, ഇതാണോ?" അവളുടെ മുഖം ചുവന്നു:

"നാണമില്ലേ നന്ദേട്ടാ, ഈ മിണ്ടാ പ്രാണികളെയിങ്ങനെ ദ്രോഹിക്കാൻ. പൊയ്ക്കോ അവ്ട്ന്ന്..."

"അവരല്ലേ നാണിക്കേണ്ടത്? ഞാനാണോ!" അയാൾ ചിരിച്ചു:

"ഇതൊക്കെ ഓരോ പ്രകൃതി നിയമങ്ങളാണ് പെണ്ണേ."

മാക്സിയുടെ നനവിൽ തെളിഞ്ഞ വടിവുകളിലേക്ക് നുഴഞ്ഞുകയറി, കള്ളക്കണ്ണുകൾ ചോക്ലേറ്റു നിറമാർന്ന ഡാലിയമൊട്ടുകളെ ഉറിഞ്ചുന്നതറിഞ്ഞപ്പോൾ അവളയാളുടെ ചെവിയിൽ പതിയെ ശാസിച്ചു:

"നോക്ക്യേ, ഇത് വീടിനകമല്ലാട്ടോ." അവൾ വെപ്രാളപ്പെട്ട് ചുറ്റുപാടും നോക്കി. പവിഴമല്ലിയും ആന്തൂറിയവും ഉണ്ടത്തെച്ചിയും ചെമ്പരത്തിയും മൊസാണ്ടയും അരിപ്പൂവും ഓർക്കിഡും മുല്ലയും സീനിയയും പനിനീർപ്പൂക്കളും ബോഗൺവില്ലയുമെല്ലാം അവളെ നോക്കി മുഖം കുനിച്ചു.

"വല്യെ ഇൻവെസ്റ്റിഗേറ്ററായിട്ട് കാര്യല്ല, ഈ ചെടികൾക്കും പൂക്കൾക്കുമൊന്നും കണ്ണും കാതുമില്ലെന്നാ വിചാരം.? എനിക്കേ, നന്ദേട്ടനോട്

കൊഞ്ചാൻ നിക്കാൻ നേരംല്ലാട്ടോ. അമ്മയുടെ കഷായവും, മരുന്നും മുടങ്ങ്യാപ്പിന്നെ ഇതൊന്നുവാവൂല കേൾക്കാ."

കൈയിൽ നിന്നും വഴുതി, ഒരു പരിഭവംപോലെ അവൾ ഓടിപ്പോകുമ്പോൾ, ചെറുപുഞ്ചിരിയോടെ അയാൾ വിചാരിച്ചു:

'നിനക്ക് ഞാൻ വെച്ചിട്ടുണ്ട്.'

"അതിപ്പോ, ഒര് പുതിയ സംഗത്യൊന്നുവല്ലല്ലോ!"കിണറ്റിങ്ങൽ നിന്നും അവളുടെ ചിരി!

തന്റെയുള്ളിലെ നിശ്ശബ്ദതപോലും അവൾ തുരന്നെടുക്കുന്നതറിഞ്ഞ് പലപ്പോഴും അയാൾ അമ്പരന്നുപോയിട്ടുണ്ട്.

അപ്പോൾ ഫോൺ ബെല്ലടിച്ചു.

അത് ഡാലിയയുടെ ഏറ്റവും അടുത്ത കൂട്ടുകാരി നൂർജഹാനായിരുന്നു. നൂർജഹാന്റെ വിവാഹം കഴിഞ്ഞതിൽ പിന്നെ അപൂർവ്വമായേ അവൾ വിളിക്കാറുള്ളൂവെന്ന് ഡാലിയ പരിഭവിക്കാറുള്ളത് അയാളോർത്തു.

"ഡാലീ" അയാൾ കിണറ്റിങ്ങലേക്ക് വീണ്ടും വിളിച്ചു:

"നിനക്ക് ഫോൺ..."

"ആരാ നന്ദേട്ടാ ഈ നേരത്ത്?"

"നിന്റെ നൂറ് തന്നെ."

ഒറ്റയോട്ടത്തിനാണ് അവൾ റിസീവറിനടുത്തെത്തിയത്.

അവർ സംസാരിക്കുമ്പോൾ, ഡാലിയയുടെ ചിലപ്പോഴുള്ള പെരുമാറ്റത്തിലെ സ്നേഹനിറവിനെക്കുറിച്ചും സ്വഭാവത്തിലെ വൈചിത്ര്യങ്ങളെക്കുറിച്ചുമൊക്കെ വിസ്മയിച്ചുകൊണ്ട് പൂന്തോട്ടത്തിൽ അയാളൊരു സ്വപ്നമായി.

വാടിയ മുഖത്തോടെയാണ് ഡാലിയ വെളിയിൽ വന്നത്. അവളുടെ കണ്ണുകൾ നിറഞ്ഞിരുന്നു.

"എന്താ ഡാലൂ?"

"ഒന്നൂല്ല നന്ദേട്ടാ."

രണ്ടാഴ്ച മുമ്പ്, അമ്മാവന്റെ മോൾ അവളുടെ ഭർത്താവിന്റെ വീട്ടിൽ നിന്നും വിളിച്ച് വിശേഷം പറഞ്ഞപ്പോഴും അവൾ ഇതുപോലെയായിരുന്നുവല്ലോയെന്ന് അയാളോർത്തു.

രാത്രി, മങ്ങിയ ഇരുട്ടിൽ അയാളുടെ നെഞ്ചിൽ തലചായ്ച്ചുകൊണ്ട് അവൾ ഒന്നും മിണ്ടാതെ കിടക്കുമ്പോൾ, ഓരോ ദിനം കഴിയുന്തോറും തനിക്ക് അവളിലേക്കെത്താനുള്ള ദൂരം വർദ്ധിച്ചു വരുന്നതും ഇരുട്ടിലാകെ ഒരു കറുത്ത അനാഥത്വം നിറയുന്നതും അയാളറിഞ്ഞു.

റൂമിന്റെ സീലിങ്ങിനുമുകളിൽ നിന്ന് കണ്ണുകീറാത്ത പൂച്ചക്കുട്ടികളുടെ മൃദുവായ കരച്ചിലും തള്ളപ്പൂച്ചയുടെ സ്നേഹമയമായ കുറുകലും അയാളുടെ ഹൃദയത്തിൽ സൂചിമുനകളായി വീണുകൊണ്ടിരുന്നു.

"നമുക്കീ ഫോണങ്ങ് കട്ട് ചെയ്താലോ." പൊടുന്നനെയുള്ള അവളുടെ ചോദ്യം അയാളെ അമ്പരപ്പിക്കാതിരുന്നില്ല.

"എന്റെ ഡാലൂ, നീയിത്ര സില്ലിയാവാതെ."

"എനിക്ക് സഹിക്കാനാവുന്നില്ല നന്ദേട്ടാ... ഈയിടെയായി ഈ ഫോൺ..." അവളുടെ ചങ്കിടറി:

"നന്ദേട്ടനറ്യോ, ഡാലിയ പൂവിട്ടുകാണാനുള്ള നമ്മുടെ പ്രാർത്ഥനയ്ക്കൊപ്പം ഇതുവരെ എന്റെ നൂറും എനിക്ക് കൂട്ടുണ്ടായിരുന്നു. എന്നാലിപ്പോൾ, ഇപ്പോൾ ഞാനൊറ്റയ്ക്കായിപ്പോയല്ലോ നന്ദേട്ടാ." അവൾ കരഞ്ഞു.

ഒന്നും പറയാതെ, ഒരു പൂച്ചക്കുട്ടിയെ എന്നപോലെ അവളെ ചേർത്ത് പിടിച്ച് തലോടുമ്പോൾ ബെഡ്ലാംപിന്റെ വെളിച്ചം തീരെ മങ്ങുന്നതും കനത്ത ഇരുട്ട് തന്നെ ഗ്രസിക്കുന്നതും അയാളറിഞ്ഞു.

"വിശ്വാസത്തേക്കാൾ വലിയ ഒരു ശക്തിയും ഈ പ്രപഞ്ചത്തിലില്ല ഡാലൂ... എല്ലാം നടക്കേണ്ട സമയത്തേ നടക്കൂ എന്ന വിശ്വാസാണ് ആദ്യം മനസ്സിലുറപ്പിക്കേണ്ടത്."

അയാളവളെ ആശ്വസിപ്പിക്കാൻ ശ്രമിച്ചു:

"നമ്മേക്കാൾ വേദനയനുഭവിക്കുന്നവർ നമ്മുടെ ചുറ്റുപാടും എത്രയോ ഉണ്ടെന്ന് തിരിച്ചറിയുമ്പോഴാണ് നമ്മുടെ പ്രയാസങ്ങൾ നിസ്സാരമാവുന്നത്. അപ്പോഴേ മനശ്ശാന്തിയുണ്ടാവുള്ളൂ മോളേ."

"എന്റെ ഏറ്റവും വലിയ കരുത്ത് എന്റെ നന്ദേട്ടൻ മാത്രമാണ്." അവൾ ഒരു കൈ അയാളുടെ കഴുത്തിലൂടെ ചുറ്റി.

"അതിലിരട്ടിയാണു പെണ്ണേ എനിക്ക് നീ." കണ്ണ് കടലായിരിക്കുമ്പോഴും അയാളുടെ ഉടലിലൊരു പച്ചത്തുള്ളൻ ഇളകുന്നത് അവളറിഞ്ഞു. അപ്പോൾ അവളുടെ കണ്ണിലെ തെളിനീരിൽ നിന്ന് ഒരു പൂച്ച ഇറങ്ങി വന്ന് അയാളുടെ നെഞ്ചിലേക്ക് ചാടിക്കയറി.

"പൂച്ചക്കുട്ടീ, നീയെന്താ പറഞ്ഞത്, എനിക്ക് തീരെ നോവൽറ്റിയില്ലെന്നോ, കാണിച്ചു തരാം."

"വല്ലാത്തൊര് സാധനം തന്നേണിത്. ഞാനിതിനെ കടിച്ചങ്ങ് കൊന്നാലോ!"

ഇരുട്ടിൽ എണ്ണപോലെ പുരണ്ടുകിടക്കുന്ന മങ്ങിയ വെട്ടത്തിൽ അവർ രണ്ടു പച്ചത്തുള്ളന്മാരുടെ ഉടലുകളായി... ഒരേ ഹൃദയതാളവും ഒരേ ജീവ ശ്വാസവുമായി മൗനം അവർക്കിടയിൽ ഉറങ്ങാൻ കിടന്നു.

വിരിയുംമുമ്പേ, ചോരപോലെ പൊട്ടിയൊഴുകിപ്പോകുന്ന മൊട്ടുകൾ ദുഃസ്വപ്നം കണ്ട് ഡാലിയ പലപ്പോഴും ഉറക്കത്തിൽ ശബ്ദമില്ലാതെ കരഞ്ഞു.

അവരുടെ പകലുകൾ ഒരു മോഹസാഫല്യത്തിനുള്ള പ്രാർത്ഥന കളായി മാത്രം ഉണർന്നു. നാളത്തെ പകലിനുവേണ്ടിയുള്ള ധ്യാനം പോലെ അവരുടെ സന്ധ്യകൾ ചുവന്നു.

“നിങ്ങളുടെ ഡാലിയ എന്താ പൂവിടാത്തത്?”

“ഇത്ര കാലായിട്ടും ഇതെന്താ മൊട്ടിടാത്തത്?”

പലപ്പോഴും മറുപടി പറയാനാവാതെ അയാളും അവളും മുഖാ മുഖം നെടുവീർപ്പിട്ടു.

ഹോർട്ടി കൾചറൽ സൊസൈറ്റികളിൽ നിരന്തരം കയറിയിറങ്ങാ റുള്ള അയാൾ, ചെടികൾ പുഷ്പിക്കാനുള്ള പലതരം വളങ്ങളും മരുന്നു കളും മാറി മാറി പരീക്ഷിച്ച് തളർന്നു.

ഓരോ പുലരിയിലും ഡാലിയയുടെ തളിർത്തുമ്പുകളിൽ അവരുടെ പ്രതീക്ഷകൾ പൊലിഞ്ഞു. കാണ്ഡത്തിന്റെ കുളിർമയിൽ ഒളിഞ്ഞിരുന്ന് പ്രകൃതി നിയമങ്ങൾ പാലിക്കുന്ന പച്ചത്തുള്ളന്മാരുടെ കടുകുമണി ക്കണ്ണുകൾ അവളെ പരുങ്ങലോടെ തുറിച്ചുനോക്കും.

അപ്പോഴൊക്കെ കണ്ണു നനഞ്ഞാണ് അവളവിടം വിട്ടത്.

അയാൾ ഓഫീസിൽ പോയാൽ പിന്നെ ഡാലിയയുടെ ഏകാന്ത സ്വപ്നങ്ങളിൽ, പരശതം ഡാലിയപ്പൂക്കൾ വിരിയുകയായി!

ഇങ്ങനെ മഞ്ഞ നിറമാർന്ന ഒരായിരം ഡാലിയപ്പൂക്കൾ വിരിഞ്ഞു വിലസുന്ന ഒരു പകൽക്കിനാവിലേക്കാണ്, വീട്ടിലേക്ക് സാധനങ്ങൾ വാങ്ങിക്കൊണ്ടുവരാറുള്ള അയൽക്കാരൻ പയ്യൻ, നിറച്ച ഗ്യാസ് സിലിണ്ടറുമായി വന്നത്.

“ഡാലിച്ചേച്ചീ....” പുറത്താരെയും കാണാഞ്ഞ്, ചാരിയ വാതിൽ തുറന്ന് അകത്തു കയറി, ഗ്യാസ് സിലിണ്ടർ അടുക്കളയിൽ വെച്ച് തിരി യുമ്പോൾ, ബെഡ്റൂമിൽ നിന്ന് പതിഞ്ഞ ശബ്ദം കേട്ടാണ് അവനൊന്നു നോക്കിയത്. അവിടെ നരച്ച ഒരു സ്വപ്നം പോലെ ഡാലിയ!

ഉച്ചയുറക്കത്തിന്റെ ആവിയിലും കമ്പിളിക്കുള്ളിൽ കിടന്നുകൊണ്ട് അവൾ സലീമിന്റെ മുഖത്തേക്ക് ദൈന്യമായി മന്ത്രിച്ചു:

“ഒരു പൂവിനല്ലേ നന്ദേട്ടാ ഞാൻ ആശിച്ചുള്ളൂ.”

“എന്തു പറ്റി ചേച്ചീ?” എന്തോ പന്തികേടുണ്ടെന്ന് അവന് തോന്നി.

ഡാലിയ മറുപടി പറഞ്ഞില്ല. അവളുടെ കൺമുമ്പിൽ നിറയെ മഞ്ഞ നിറമാർന്ന ഡാലിയപ്പൂക്കൾ കുളിർന്ന് ചാഞ്ചാടുകയായിരുന്നു.

അവൻ ചെറിയൊരു സങ്കോചത്തോടെ അവളുടെ നെറ്റിയിൽ കൈ വെച്ചു.

“ന്റെ റബ്ബേ... തീ പോലെ പൊള്ള്ണ്ണ്ടല്ലോ? ഞാൻ സാറിന് ഫോൺ ചെയ്യാം.”

“എനിക്ക് കുളിര്ണ് നന്ദേട്ടാ.” പിൻവാങ്ങുന്ന കൈവിരലിൽ ഡാലിയ അമർത്തിപ്പിടിച്ചു...

അയാൾ ഓഫീസിൽ നിന്ന് വന്നപ്പോൾ, ഡാലിയ പുതപ്പിനുള്ളിൽ തളർന്നു കിടക്കുകയായിരുന്നു. ഡാലിയയുടെ കാണ്ഡത്തിൽ ഒരു കരിവള്ളി ചുറ്റിയിരിക്കുന്നതും ഇലകൾ വല്ലാതെ മഞ്ഞച്ച് വിളറിയിരിക്കുന്നതും കണ്ട്, അവളേക്കാൾ കൂടുതൽ അയാളാണ് തകർന്നുപോയത്. അയാൾ ലീവെടുത്ത് ഡാലിയയെ പരിചരിക്കാൻ തുടങ്ങി.

അയാളുടെയും ഡാലിയയുടെയും ഇടയിൽ അളന്നുമുറിച്ച വാക്കുകളിലൂടെ തൊട്ടാൽ പൊട്ടിപ്പോകുന്ന ഒരു മൗനം കൂടുകൂട്ടുകയായിരുന്നു. രാത്രികളിൽ, വഴിപാടുപോലെയുള്ള സംഗമശേഷം, അവളെയുണർത്താതെ അയാളും അയാളെയുണർത്താതെ അവളും ഉണർന്നിരുന്ന് പുലരിയെ ധ്യാനിച്ചു.

അങ്ങനെയിരിക്കേ, അയാളുടെ ഒരു പകൽ, ഡാലിയയുടെ ആഹ്ലാദത്തിലേക്കാണ് കൺതുറന്നത്.

“നന്ദേട്ടാ...!”

“എന്താ പെണ്ണേ...” അയാൾ കണ്ണുതിരുമ്മി അവളെ മിഴിച്ചുനോക്കി.

“നമ്മുടെ ഡാലിയ!”

അതുപറയുമ്പോൾ, ചങ്കിൽ കണ്ണീരുടക്കിയ അവളുടെ മിഴികളിൽ ഈ ലോകത്തിലെ മുഴുവൻ പ്രകാശവും നിറഞ്ഞിരിക്കുന്നത് അയാൾ കണ്ടു.

എന്നാൽ അടുത്ത നിമിഷം, അയാളുടെ നെഞ്ചിലേക്കു ചാഞ്ഞ് അവൾ പൊട്ടിക്കരഞ്ഞു:

“ഈ പൂവ് നമുക്ക് വേണ്ട നന്ദേട്ടാ...”

■

കള്ളനും പൊലീസും

ദുബായിൽ നിന്നും ഇന്ന് വൈകുന്നേരത്തെ ഫ്ളൈറ്റിനെത്തിച്ചേരുന്ന അളിയനെയും പെങ്ങളെയും സ്വീകരിക്കാനായി എയർപോട്ടിൽ പോകാൻ വീട്ടിൽ തന്നെയും കാത്തിരിക്കുന്ന ഭാര്യയോ മകനോ എ.എസ്.ഐ അശോക് ശർമയുടെ മനസ്സിൽ ഇപ്പോൾ ഒട്ടും തന്നെയില്ല. ഇന്ന് അടയ്ക്കാനുള്ള ടെലിഫോൺ ബില്ലിനെക്കുറിച്ചോ, എം.സി.എയ്ക്ക് പഠിക്കുന്ന മകൾക്ക് മംഗലാപുരത്തേക്ക് അയച്ചുകൊടുക്കേണ്ട എക്സാം ഫീയെക്കുറിച്ചോ യാതൊരു ആകുലതകളുമില്ല. കഴിഞ്ഞകാലത്തിന്റെ പച്ചപ്പുകളോ അനിശ്ചിതത്വങ്ങളുടെ ഭരണചക്രങ്ങളിൽ കുരുങ്ങിക്കിടക്കുന്ന ഭാവിയെക്കുറിച്ചുള്ള ഉൾഭീതിയോ ജാതിമതരാഷ്ട്രീയചിന്തയോ ഇല്ല. ബസ്സിലെ തിരക്കിൽ, കമ്പിയിൽ തൂങ്ങി ആയാസപ്പെട്ടു നിൽക്കുന്ന സ്കൂൾ വിദ്യാർത്ഥിനിയോട് പ്രണയം സഹിക്കവയ്യാതെ പിറകിൽ നിന്നുരയുന്ന കോളേജ് കുമാരന്റെ കാമവിഭ്രാന്തികൾ അവളുടെ പിൻവസ്ത്രത്തിൽ പുരളുന്നതോ, പ്രാഞ്ചിപ്രാഞ്ചി റോഡു മുറിച്ചുകടക്കുന്ന യാചകനെ ചീറിവന്ന ഒരു വാഹനം ഇടിച്ചുവീഴ്ത്തി നിർത്താതെ പാഞ്ഞുപോകുന്നതോ എ.എസ്.ഐ അശോക് ശർമ കാണുന്നില്ല.

അയാളിപ്പോൾ താൻ ജീവിക്കുന്ന ഈയൊരൊറ്റ നിമിഷത്തിൽ മാത്രം വേവുന്ന ജീവനുള്ള ഒരു വസ്തു മാത്രമായിത്തീർന്നിരിക്കുന്നു.

തന്റെയുള്ളിൽ ഒരു ദുർഗന്ധംപോലെ അടിഞ്ഞുകൂടിയ ലവൻ മാത്രമാണ് അശോക്ശർമയെ ഇപ്പോൾ നായാടുന്നത്. ഏതൊരുവന്റെ കൂടെയും കാലപാശംപോലെ ഒരു ശത്രുവുണ്ടെന്ന് തിരിച്ചറിയാൻ താനൊരുപാട് വൈകിപ്പോയോയെന്ന് അയാൾക്ക് നല്ല ഭയമുണ്ട്. സമൂഹത്തിൽ ഒരു പദവിയൊക്കെയുള്ളയാളാകുമ്പോൾ ഇത് തന്റെ അഭിമാനത്തിന്റെ കൂടി പ്രശ്നമാണ്. ഇതെങ്ങാനും വെളിച്ചത്തായാൽ, തീർന്നു.

നിലനില്പിനുവേണ്ടിയാണെങ്കിൽക്കൂടി രാജ്യത്തിനുവേണ്ടിയല്ലാതെ, സ്വന്തം വ്യക്തിപരമായ ഒരു കേസിൽ അകപ്പെടുന്നത് ജീവിതത്തിലിതാദ്യം.

കള്ളൻമാരും കേഡികളും പിടികിട്ടാപ്പുള്ളികളുമൊക്കെ എ.എസ്.ഐ അശോക് ശർമ എന്നു കേട്ടാൽ കിടിലം കൊണ്ടിരുന്ന

ഒരു കാലമുണ്ടായിരുന്നു. സത്യസന്ധമായി സേവനമനുഷ്ഠിച്ചിരുന്ന അയാൾക്ക്, കൈക്കൂലിക്കാരൻ, കൃത്യനിർവ്വഹണത്തിൽ നിന്ന് വ്യതിചലിക്കുന്നവൻ, അച്ചടക്കലംഘകൻ എന്നീ ബഹുമതികൾ കൂടാതെ ഊമക്കത്തുകളും ഫോൺഭീഷണികളുമുണ്ടാവാൻ തുടങ്ങിയ കാലം.

ഒരു സായംസന്ധ്യയിൽ പതിവുപോലെ വീട്ടിലിരുന്ന് ജീവിതം ഗ്ലാസിലൊഴിച്ച് സിപ്പ് സിപ്പായി നുണയുന്നതിനിടയിലാണ് മിസ്സിസ് സൂസന്നാ ശർമ അയാളോട് ചോദിച്ചത്:

"അല്ല അശോക്, കടലിൽ കായം കലക്കിയിട്ട് വല്ല കാര്യോണ്ടോ..? നമുക്കീ നേരെപ്പോക്ക് വേണോ...?"

"ഫ്ഭാ...! പൊലയാടി മോളേ... അവള്ടെയൊരു വേദോപദേശം."

എ.എസ്.ഐ അശോക് ശർമ ആദ്യം പൊട്ടിത്തെറിച്ചെങ്കിലും ലഹരിയിറങ്ങിയപ്പോൾ ഭാര്യ പറഞ്ഞതിലും കാര്യമുണ്ടെന്നും നിലനിൽപിനും അതാണനുയോജ്യമെന്നും അയാൾക്കും ബോധോദയമുണ്ടായി.

അങ്ങനെയാണ് എ.എസ്.ഐ അശോക് ശർമ തന്റെ യൂണിഫോമിൽ രണ്ട് രഹസ്യ അറകൾ കൂടി എക്സ്ട്രാ തുന്നിപ്പിടിപ്പിച്ചതും! രഹസ്യ ചാനലുകൾവഴി കിട്ടുന്ന സന്ദേശങ്ങളനുസരിച്ച്, മുഖം നോക്കാതെ നടപടിയെടുക്കാനും ജീവിതത്തിന്റെ ഒഴുക്കിനൊത്ത് തുഴയാനും തുടങ്ങിയത്.

ഇപ്പോൾ എ.എസ്.ഐ അശോക് ശർമ കർമനിരതനും കർത്തവ്യനിർവ്വഹണത്തിൽ കടുകിട വിട്ടുവീഴ്ചയില്ലാത്തവനും ഏവർക്കും വേണ്ടപ്പെട്ടവനുമായ ഒരു പൊലീസുദ്യോഗസ്ഥനാണ്!

സാധാരണയായി, സൗന്ദര്യമുള്ള എന്തു കണ്ടാലും -പ്രത്യേകിച്ചും നല്ല കളർഫുൾ വസ്ത്രങ്ങളുടെ വടിവുകളും പുതിയ മോഡൽ വാഹനങ്ങളുടെ ആകൃതിയും! - ഒരുനിമിഷം അതിനു പിന്നാലെ രഹസ്യമായ ഒരാർത്തിയോടെ പായുന്ന കണ്ണുകൾ, ഇരുണ്ട ഒരു ചെളിക്കുഴിയല്ലാതെ ഇപ്പോൾ മറ്റൊന്നും കാണുന്നേയില്ല. മാദകഗന്ധങ്ങൾ സ്വകാര്യമായി ആസ്വദിക്കാനാഗ്രഹിക്കുന്ന ശ്വസനേന്ദ്രിയം ദുർഗന്ധം കൊണ്ട് അടഞ്ഞിരിക്കുന്നു. സാധാരണയായി കിളിമൊഴികൾക്ക് താത്പര്യപൂർവം കാതോർക്കാറുള്ള ചെവികൾ അമ്പരന്നിരിക്കുന്നു.

മഫ്ടിയിലായതുകൊണ്ട് തന്നെയാരും അറിയാനിടയില്ല. അയാളോർത്തു. എന്നാലും തൊട്ടടുത്തിരുന്ന് യാത്രചെയ്യുന്ന യുവാവിന് ഇതിന്റെ സൂചനയെങ്ങാനും തന്റെ ഭാവങ്ങളിൻ നിന്നോ, ചലനങ്ങളിൽ നിന്നോ കിട്ടിയിരിക്കുമോ? നെറ്റിയിലൂടെ ഒഴുകിയിറങ്ങുന്ന വിയർപ്പുചാലുകൾ പരിചിതമായ ഒരു മുഖംപോലും കാണരുതേ.

ഒരർത്ഥത്തിൽ ഇത് നന്നായി എന്നു വിചാരിക്കാനാവുമോ?

എ.എസ്.ഐ അശോക് ശർമ ഒന്നു മാറിച്ചിന്തിക്കുവാൻ ശ്രമിച്ചു: ഇങ്ങനെയൊരു ദുർവിചാരം ഉള്ളിലുള്ളപ്പോൾ മറ്റൊരു കാഴ്ചയിലേക്കും

ശ്രദ്ധ തിരിക്കാനാവില്ലെന്നും ഏതു നിമിഷവും ഇരുട്ടിൽ നിന്നും ചാടി വീഴാവുന്ന ഒരു ശത്രുവിനെക്കുറിച്ച് സദാ ജാഗ്രത്തായിരിക്കേണ്ടതുണ്ടെന്നും ഈ യാത്രയിലാണ് ബോധ്യപ്പെട്ടത്. ഏതൊരു കർമത്തിനു പിന്നിലും ബാഹ്യമായ എന്തൊക്കെ പ്രേരണകളുണ്ടെങ്കിലും സ്വന്തം മസ്തിഷ്കത്തിൽ നിന്നുള്ള ഓർഡർ കിട്ടാതെ അത് നടപ്പാകുന്നില്ലെന്ന തിരിച്ചറിവ് ഓരോർത്തർക്കും സ്വന്തം അനുഭവത്തിൽ നിന്നേ ഉണ്ടാകുന്നുള്ളൂ. കാര്യമൊക്കെ ശരിതന്നെ. പക്ഷേ, ലവനെയൊന്നൊതുക്കാതെ തനിക്കിനി മനസ്സമാധാനമില്ലെന്ന് എ.എസ്.ഐ അശോക് ശർമ ഭീതിയോടെ അറിയുകയായിരുന്നു.

സുരക്ഷിതമായ ഒരിടത്ത് വെച്ച് വേണം ശത്രുവിനെ നേരിടാൻ. ഇരുചെവിയറിയാതെ ഈ ഭാരം ഇറക്കി വെക്കണം. എങ്കിൽ മാത്രമേ തനിക്കിനി ജീവിക്കാനർഹതയുള്ളൂ. അയാൾ വിചാരിച്ചു: പക്ഷേ തന്റെ ഹൃദയം പോലെ ഇരമ്പുന്ന ഈ വാഹനത്തിലിരുന്നുകൊണ്ട് എങ്ങനെ സുരക്ഷിതമായ ഒരിടം തേടാനാണ്? ആരോട് ചോദിക്കാനാണ്? അല്ലെങ്കിൽതന്നെ ആരോടെങ്കിലും പറയാൻ കൊള്ളാവുന്ന ഒരു കാര്യമാണോ ഇത്! ഒരോ സെക്കന്റിലും ഹൃദയം പൊട്ടാനിരിക്കയാണ്. ഭൂകമ്പം വരികയാണോ? അടുത്ത നിമിഷത്തിൽ ഹൃദയഭൂമി പൊട്ടിയൊഴുകുമോ? പ്രളയപ്രവാഹത്തിൽ എല്ലാം അവസാനിക്കാൻ പോവുകയാണോ?

"ടിക്കറ്റ്."

എ.എസ്.ഐ അശോക് ശർമ ഞെട്ടിപ്പോയി. എവിടെ നിന്നാണ് വരുന്നതെന്നോ, എങ്ങോട്ടാണ് പോകുന്നതെന്നോ, കൈയിൽ എത്ര പണമുണ്ടെന്നോ, എവിടെയാണിരിക്കുന്നതെന്നോ അയാൾക്കപ്പോൾ അറിയില്ലായിരുന്നു. കണ്ടക്ടറുടെ മുഖത്തേക്ക് പകച്ചു നോക്കിയ അയാളുടെ മുഖത്ത് ഭാഷയില്ലാത്ത ഒരു ഭാവം വിങ്ങിപ്പൊട്ടി നിന്നു.

"നിങ്ങൾക്കെവിടേക്കാ പോകേണ്ടതെന്ന്?"

കണ്ടക്ടർ അല്പം പരുഷമായി അയാളെ നോക്കി. ഒരു നിമിഷം അശോക് ശർമയിലെ പൊലീസുകാരൻ ഉണർന്നു: നായിന്റെ മോനേ, നീയാരോടാണ് സംസാരിക്കുന്നതെന്ന് നിനക്കറിയാവോടാ...മ...മ... ഞാനീ വേഷത്തിലായിപ്പോയി, ഇല്ലെങ്കി... അയാൾ നിശ്ശബ്ദം പല്ലുഞെരിച്ച് സ്വയം നിയന്ത്രിച്ചുകൊണ്ട് വിക്കി:

"അ... അത്..."

ഇപ്പോൾ തനിക്ക് പോകേണ്ട സ്ഥലമെങ്ങാനും നാവിൻ തുമ്പിൽ നിന്ന് വീണുപോയാൽ!

"അല്ല, മിസ്റ്റർ നിങ്ങൾക്ക് വല്ല പൈൽസിന്റെ അസുഖവുമുണ്ടോ? കുറെ നേരമായി...."

അടുത്തിരിക്കുന്ന അപരിചിതൻ അവജ്ഞയോടെ ഇടം കണ്ണിട്ട് അയാളെ നോക്കി.

എ.എസ്.ഐ അശോക് ശർമയ്ക്ക് ജീവിതത്തിലാദ്യമായി ഒരാളെ പല്ലുകൾക്കിടയിലിട്ട് അരച്ചുകൊല്ലണമെന്നു തോന്നിയത് അപ്പോഴായിരുന്നു. പൊട്ടിത്തെറിക്കാൻ വെമ്പുന്ന തെറിവാക്കുകളെ പണിപ്പെട്ട് വിഴുങ്ങി, അയാൾ ധൃതിയോടെ പറഞ്ഞു:

“ടൗണിലേക്ക്.”

കണ്ണിൽ ഇരുട്ടു കയറുകയാണ്. ടൗണിലേക്ക് ഇനിയും സമയമേറെയിരിക്കണം. അപരിചിതമായ സ്ഥലം. അപരിചിതമായ വീടുകൾ. മനുഷ്യർ. ഇവിടെ വെച്ചെങ്ങാനും ഇവൻ പറ്റിച്ചുകളയുമോ? ഈ ലോകത്തിൽ താൻ കനത്ത ഇരുട്ടിൽ ഒറ്റപ്പെടുകയാണെന്ന് എ.എസ്.ഐ അശോക് ശർമയ്ക്ക് തോന്നി. ഒന്നും കാണാനാവുന്നില്ല. കേൾക്കുന്നില്ല. അറിയുന്നില്ല.

ജീവിതത്തിലാദ്യമായി അയാൾ ഈശ്വരനെ കൺമുമ്പിൽ കണ്ടു!

ഒടയ തമ്പുരാനേ, ചതിക്കരുതേ...ഒരു പ്രമോഷന്റെ വക്കിലെത്തിനിൽക്കുകയാണ് ജീവിതം. സൽപ്പേരോടുകൂടി വേണം സർവീസിൽ നിന്നും വിരമിക്കാൻ. ഇപ്പോൾ ഈ നായിന്റെ മോനെക്കൊണ്ട് നീയെന്റെ മാനം കെടുത്തല്ലേ...

ഇവനെയൊന്ന് തുരത്താൻ സാധിച്ചാൽ മാത്രം മതി. വിജനമായ ഒരു സ്ഥലം കാണാനേയില്ല. ഇനിയും പിടിച്ചുനിൽക്കാൻ കഴിയുമെന്ന് തോന്നുന്നില്ല. ഭൂകമ്പങ്ങളുടെ പ്രവചനം സത്യമാവുകയാണോ? അടുത്ത നിമിഷം ഭൂകമ്പമുണ്ടാകും. കനത്ത ഉരുൾപൊട്ടലിൽ ഇവിടമാകെ ഭൂഗർഭമഴുകിയ പ്രളയം മൂടും. അതിൽ പെട്ട് താനും. ഹാവൂ! ഭൂകമ്പമുണ്ടായാലെങ്കിലും രക്ഷപ്പെടാമായിരുന്നു..!

ഒരോ മനുഷ്യനും ഉള്ളുകൊണ്ട് സ്വാർത്ഥനാണെന്നും അവന് ഈ ലോകത്ത് അവൻ മാത്രമേയുള്ളൂ എന്ന പരമസത്യവും എ.എസ്.ഐ അശോക് ശർമ അനുഭവിച്ചറിയുകയായിരുന്നു...

“ഇനിയെത്ര ദൂരംണ്ട് ടൗണിലേക്ക്?”

“കുറച്ചേയുള്ളൂ.”

എ.എസ്.ഐ അശോക് ശർമയ്ക്ക് അല്പമൊരാശ്വസമുണ്ടായി എന്നു പറയാതെ വയ്യ.

“സഹോദരാ, സത്യത്തിൽ നിങ്ങൾക്കെന്താണ് രോഗം?”

അടുത്തിരിക്കുന്നയാളുടെ നാഭി നോക്കി ഒരൊറ്റത്തൊഴിക്ക് മൂത്രം സ്തംഭിപ്പിക്കാൻ എ.എസ്.ഐ അശോക് ശർമയുടെ കാല് തരിച്ചു. എന്നാൽ അടുത്ത നിമിഷംതന്നെ അയാൾ തന്റെ ഇപ്പോഴത്തെ ദൈന്യാവസ്ഥയെക്കുറിച്ച് ഖേദപൂർവം ബോധവാനാവുകയും ക്ഷമയോടെ സംയമനം പാലിക്കുകയും ചെയ്തു.

“സുഹൃത്തേ, അത് പറഞ്ഞാൽ, പിന്നെ ഞാനില്ല...”

അത് കേട്ടപാടെ, അപരിചിതൻ ഭീതിയോടെ എണീറ്റ് അപ്പുറത്തെ സീറ്റിലേക്കിരുന്ന് അയാളെ പകച്ചുനോക്കി. പിന്നെ, പോട്ടെ പുല്ല് എന്ന മട്ടിൽ പുറത്തേക്ക് നോക്കാൻ തുടങ്ങി. എ.എസ്.ഐ അശോക് ശർമ അസൂയയോടെ വിചാരിച്ചു: സഹോദരാ, നിങ്ങളെത്ര ഭാഗ്യവാൻ! ഒരു സഹജീവി ഓരോ മാത്രയിലും ഇല്ലാതായിക്കൊണ്ടിരിക്കുകയാണെന്ന സത്യത്തിന്റെ ഒരംശംപോലുമറിയാതെ നിങ്ങൾക്ക് മനസ്സമാധാനത്തോടു കൂടി സ്വപ്നം കാണാനെങ്കിലും കഴിയുന്നുവല്ലോ.

ബസ്സ് ടൗണിലെത്തിയതും അയാൾക്കുള്ളിൽ ഭീതി ഇരട്ടിച്ചു. നഗരം ഇരമ്പുന്നത് അയാൾ കേട്ടില്ല. അയാളുടെ കണ്ണുകൾ ശത്രുവിനെ കീഴ്പ്പെടുത്താനുള്ള ഇടം അന്വേഷിക്കുകയായിരുന്നു. ഇത്രയും നേരം ആത്മസംയമനം പാലിക്കാൻ കഴിഞ്ഞതാണ്. ഇനിയിപ്പോൾ ഈ കാണാത്ത തിരക്കിന്റെ കേൾക്കാത്ത ബഹളത്തിൽ വെച്ചെങ്ങാനും ലവൻ ചതിച്ചു കളയുമോ?

അതോർക്കാൻ കൂടി വയ്യ.

അങ്ങനെയിരിക്കുമ്പോൾ ഒരു മഞ്ഞക്കിനാവുപോലെ എ.എസ്.ഐ അശോക് ശർമ ഒരിടം കണ്ടു. ഒട്ടും സമയം പാഴാക്കാതെ, ഹൃദയം തന്നെ താഴെ വീണുപോകുമോയെന്ന കരുതലോടെ അയാൾ മെല്ലെയെണീറ്റ് പുറത്തേക്ക് അടിവെച്ചു. പിന്നെ കഴിയാവുന്നത്ര വേഗത്തിൽ നടന്നു. അല്ല, ഓടി.

നേരെ കംഫർട്ട് സ്റ്റേഷനിലേക്ക്!

അവിടെയിരിക്കുന്നയാൾ ചില്ലറയ്ക്കായി കൈനീട്ടുന്നുണ്ടായിരുന്നു. എ.എസ്.ഐ അശോക് ശർമ പേഴ്സ്തന്നെ അയാൾക്ക് കൊടുത്ത്, ഒരു കൊടുങ്കാറ്റായി അകത്തേക്കു പാഞ്ഞു...!

ഹാവൂ...

എ.എസ്.ഐ അശോക് ശർമ ഇപ്പോൾ കുറേശ്ശെയായി എല്ലാം കാണുന്നുണ്ട്. ശബ്ദങ്ങൾ കേൾക്കുന്നുണ്ട്. ഗന്ധങ്ങൾ തിരിച്ചറിയുന്നുണ്ട്... ■

കള്ളപ്പന്നി

തലേന്ന് രാത്രി ബീരാനാജിയുടെ വാഴത്തോപ്പിലേക്ക് കടന്നുകയറി കൃഷി നശിപ്പിക്കാൻ ശ്രമിച്ച ഒരു പന്നിയെ കെണിവെച്ചുവീഴ്ത്തി തല്ലിക്കൊന്നത്, കിഴക്കുവെള്ള കീറുംമുമ്പ് കണ്ണും തിരുമ്പി എണീറ്റ് ചെന്ന് ഇരുചെവിയറിയാതെ തെങ്ങിന് വളമാക്കുന്ന പണിയിൽ ഏർപ്പെട്ടിരിക്കുകയായിരുന്നു ഗോവിന്ദൻകുട്ടി. തെങ്ങിൻ തടത്തിൽ നിന്ന് ബീരാനാജി തെളിച്ചുകൊടുക്കുന്ന ടോർച്ചുവെട്ടത്തിൽ, കുഴിയിലേക്ക് തള്ളിയിട്ട പന്നിയെ മണ്ണിട്ട് മൂടുമ്പോൾ, ഗോവിന്ദൻകുട്ടിയുടെ മുഖത്ത് പേശികൾ പതിവില്ലാത്തവിധം വലിഞ്ഞു മുറുകുന്നതും അണപ്പല്ലുകൾ ഞെരിഞ്ഞമരുന്നതും ഒട്ടൊരു സംശയത്തോടെ ഹാജിയാർ നിരീക്ഷിച്ചു.

“എന്താ ഗോയിന്നാ അനക്കൊര് ഈറ?”

“ഒന്നുല്ലാജ്യേരേ, ഇതുപോലെ മണ്ണില് താത്തേണ്ട പലരും ഇന്നും നമ്മടെ കണ്ണുംമുമ്പ്ക്കൂടെ വെലസി നടക്ക്ാണല്ലോന്ന് വിചാരിച്ചപ്പോ... ഒര്....”

“അത്...സെര്യെന്നേ ജ്ജ് പറഞ്ഞത്.”

കഴിഞ്ഞ ചെറിയ പെരുന്നാളിന്റെ രണ്ടുദിവസം മുമ്പായിരുന്നല്ലോ ബീരാനാജിയുടെ പണിക്കാരിൽപ്പെട്ട ഒരു ബംഗാളി വാഴത്തൊടിയിലേക്ക് വെള്ളവുമായി ചെന്ന അയാളുടെ പേരക്കുട്ടിയെ നിഷ്കരുണം പിച്ചിച്ചീന്തിയതെന്ന ഓർമയിൽ, പന്നിയുടെ തേറ്റ കൈക്കോട്ടിന്റെ മൂട്കൊണ്ട് ഒന്നുകൂടി മണ്ണിലേക്ക് ഇടിച്ചു താഴ്ത്തി ഗോവിന്ദൻകുട്ടി.

വെയിൽ ചൂടായി മുതുകത്ത് വിയർപ്പ് ചാലിട്ട നേരത്താണ് വീട്ടിൽ നിന്നും സുമിത്രയുടെ പരിഭവം, തെങ്ങിൻ തടത്തിലെ പ്ലാസ്റ്റിക് കവറിൽ വെച്ച ഫോണിൽ നിന്നും പുറത്തേക്ക് തുളുമ്പിയത്. കൈക്കോട്ട് തടത്തിലിട്ട് കൈകൾ തോർത്തിലൊന്ന് തേച്ച് അയാൾ ഫോണെടുത്ത് ചെവിയിൽ ചേർത്തു.

“ഇന്നെന്തായാലും ഗോയ്ന്നേട്ടൻ ഉച്ചവരെ പണിയെടുത്താ മതി. മഞ്ജൂനെ ഒന്നുപോയി കൊണ്ട്ര്വോ..? അവളെ ഫുൾടിക്കറ്റെടുത്ത് കൂടെയിരുത്തണം. അവൾക്കിന്ന് നല്ല സുഖംല്ലാഞ്ഞിട്ടാ ഗോയ്ന്നേട്ടാ....”

തൊട്ടതിനും പിടിച്ചതിനുമൊക്കെ മഞ്ജുവിനെ തിന്നാൻ ചെല്ലാറുള്ള അവളുടെ കണ്ണുകൾ നനയാൻ തുടങ്ങുന്നത് അയാൾക്ക് അവിടെ നിന്നു കൊണ്ട് തന്നെ കാണാൻ കഴിഞ്ഞു.

“രാവിലെ നല്ല വയറ്വേദനണ്ടായിരുന്നു അവൾക്ക്. അത്... നിങ്ങക്ക് മനസ്സിലാവൂല. ഒര് വസ്തൂം കഴിച്ചിട്ടൂല്ല്യവള്. ന്റെ കുട്ടിക്ക് ക്ലാസ്സിൽ വെച്ചെങ്ങാനും...” സുമിത്ര ആധികൊണ്ടു.

അതും കേട്ട് എങ്ങനെയാണ് മനസ്സമാധാനത്തോടെ മണ്ണിനോട് മല്ലിടുക. ഇക്കാര്യം ഹാജിയാരോട് അവതരിപ്പിച്ചത് അല്പമൊരു ബല ഹീനതയോടെയായിരുന്നെങ്കിലും ഗോവിന്ദൻകുട്ടി വിചാരിച്ചതിന് വിരുദ്ധ മായിട്ടുള്ള പ്രതികരണമാണ് കിട്ടിയത്:

“അയ്ക്കോട്ടെ, ഇന്നുച്ചവരെ മതി. ജ്ജ് പൊയ്ക്കോ. കുട്ട്യാളെ നല്ലോണം നോക്കണം. ചുറ്റിലും കള്ളപ്പന്ന്യാള്ള്ള കാലാണ് ഗോയ്ന്നാ...”

അങ്ങനെ പോന്നതാണ്.

മഞ്ജുവിന്റെ കൈയിൽ ഒരു ഫോണുണ്ടായിരുന്നെങ്കിൽ ഈ പ്രയാസൊന്നും വരില്ലായിരുന്നു എന്ന്, ടൗണിലെ ഉച്ചച്ചൂടിൽ മയങ്ങി യുണർന്ന നാലുമണിത്തളർച്ചയിലേക്ക് ബസ്സിറങ്ങുമ്പോൾ ഗോവിന്ദൻ കുട്ടി വിചാരിച്ചു. വീട്ടിൽ കേടുവന്നു കിടക്കുന്ന നോക്കിയയുടെ പഴയ ഫോണിൽ ഒരു സിമ്മിട്ട് നന്നാക്കികൊടുക്കാമെന്ന് പറഞ്ഞതുമാണ് അവളോട്.

“സ്കൂളിൽക്ക് മൊബൈൽഫോൺ കൊണ്ടു ചെല്ലാൻ പാടില്ലച്ഛാ.”

അത് കേട്ടതും സുമിത്രക്കങ്ങ് കലികയറി:

“നെനക്ക് മാത്രേള്ളോ ഈ നെയമം...?”

ഭൂരിഭാഗം കുട്ടികളും ഒളിച്ചും തെളിച്ചും ഫോൺകൊണ്ടുവരാറു ള്ളതും ഇടക്ക് ചെലരൊക്കെ പിടിക്കപ്പെടുന്നതുമൊക്കെ മഞ്ജുതന്നെ പറയാറുണ്ട്. അതാണ് അവൾക്കിത്രയും കലികയറാൻ കാരണം. മഞ്ജു ഒരു മുറുക്ക് സമ്മതിച്ചില്ല.

ബസ് സ്റ്റാന്റിൽ സ്കൂൾ യൂനിഫോം ധരിച്ച കുട്ടികളായിരുന്നു അധികവും. ചൂടിന്റെ ആലസ്യത്തിൽ, ക്യൂവിൽ വാടിത്തളർന്ന് മഞ്ജു. കൈയാട്ടി വിളിച്ചു നോക്കി. അപ്രതീക്ഷിതമായി തന്നെ കണ്ട് അവളുടെ മിഴികളൊന്നു വിടർന്നുവെങ്കിലും, കൂട്ടുകാരികൾക്കിടയിൽ നിന്നും ഊരി പ്പോരാനുള്ള പ്രയാസം കൊണ്ടോ, ജന്മസിദ്ധമായ മടികൊണ്ടോ ആവണം, അച്ഛൻ കയറിക്കോ, ഞാൻ വന്നോളാമെന്ന് അവൾ താളം പറഞ്ഞത്. അപ്പോഴേക്കും തിരക്കിൽപെട്ട് പിറകിലെ ഡോറിനടുത്തേക്ക് അയാളും ഒഴുകിപ്പോവുകയായിരുന്നു. ഫുൾടിക്കറ്റെടുത്താലും സീറ്റു കിട്ടാത്തവിധമുള്ള തിരക്കാണല്ലോ എന്ന് സ്വയം സമാധാനപ്പെടാൻ ശ്രമിച്ചുവെങ്കിലും മകളുടെ അവശമുഖം അയാൾക്കുള്ളിൽ ഒരു കണ്ണീർ ത്തുള്ളിയായി നനഞ്ഞുനിന്നു.

അവളുടെ പ്രകൃതം കുറച്ചൊന്നുമല്ല സുമിത്രയെ ചൊടിപ്പിച്ചിരുന്നത്:

"തിന്ന പാത്രം പോലും കഴ്കണ്ട നീയ്. എല്ലാത്തിനും നിന്റെ തള്ളയ്ണ്ടല്ലോ. ഒന്നരച്ചാൺ മുറ്റംണ്ട്. അതൊന്ന് അടിച്ചുവാരാൻ നെനക്ക് എത്രീസം വേണ്ട്യേരും? നല്ല സാമർത്ഥ്യംണ്ടെങ്കിത്തന്നേ ഇന്നത്തെ ക്കാലത്ത് ജീവിക്കാൻ കഴിയൂ. അല്ലാതെ നിന്നെപ്പോലെ..."

മഞ്ജു ഒന്നും മിണ്ടാതെ നിന്നു കേൾക്കും.

ചിലപ്പോഴൊക്കെ അവൾ തന്നെ നോക്കി കണ്ണിറുക്കും! എത്രയൊക്കെ ദേഷ്യപ്പെട്ടാലും അവൾ വന്നുകണ്ടിട്ടേ അമ്മ മനസ്സറിഞ്ഞ് വല്ലതും കഴിക്കാനിരിക്കൂ എന്നും, അതുവരെ ജോലിത്തിരക്കിനിടയിലും ജാലകപ്പഴുതിലൂടെ നീളുന്നൊരു പ്രാർത്ഥനയായി അമ്മയുടെ കണ്ണുകൾ വീട്ടുപടിക്കലൂടെ പോകുന്ന പാടവരമ്പിൽ തന്നെ തിരയുകയായിരിക്കുമെന്നും അവൾക്കറിയാം. എങ്കിലും ചെറുപ്പം തൊട്ടേ അവൾക്ക് അമ്മയെയായിരുന്നു പേടി. അവളുടെ ആഗ്രഹങ്ങളും ആവശ്യങ്ങളും അച്ഛന്റെ മുമ്പിൽ മാത്രം നിരന്നു:

"അച്ഛാ, എനിക്ക് ടൂറ് പോകാൻ പൈസ വേണം."

"ഈ ഓണത്തിനെനിക്ക് ചുരിദാർ മതീട്ടോ അച്ഛാ."

മഞ്ജു കയറിയിട്ടുണ്ടാകും. ഗോവിന്ദൻകുട്ടി വിചാരിച്ചു. വാതിൽപടിയിലെ തിരക്കിൽ ഒരു മിന്നായം പോലെ അവളുടെ മുഖം കണ്ടതല്ലേ...?

കത്തിത്തീർന്ന ഉച്ച കൈമാറിയ ആവിയുടെ കൊന്നപ്പൂവെയിലാണ് പുറത്ത്.

കുതിർന്ന ഷർട്ടിനകത്ത് കോഴിപ്പേൻ പോലെ വിയർപ്പ്.

കൂട്ടത്തിലാണീ തിരക്കിന്റെ പ്രളയം.

എവിടെ നിന്നോ ഒരു പെൺകുട്ടിയുടെ തേങ്ങിയുള്ള കരച്ചിൽ കേൾക്കുന്ന പോലൊരു തോന്നലാണ് ഗോവിന്ദൻകുട്ടിക്ക്. മഞ്ജു വളർന്നു തുടങ്ങിയപ്പോഴാണ് അത് കൂടുതലാവാൻ തുടങ്ങിയത്. അപ്പോഴൊക്കെ മനസ്സിൽ പതിഞ്ഞ ഒരു സിനിമയിലെ, ജയിലിന്റെ ഉയർന്ന ചുറ്റുമതിലിലെ ഇല്ലാത്ത ദ്വാരത്തിലൂടെ നായകൻ കാണുന്ന മറുപുറത്തെ പെൺകുട്ടിയുടെ വിഹ്വലമായ മുഖവും തോക്കുമായി അവളെ വേട്ടയാടുന്ന പട്ടാളക്കാരനും അയാളുടെ കണ്ണിലേക്ക് കയറി വരും.

മിനിഞ്ഞാന്ന് രാവിലെ പത്രം നോക്കി മുഖംചുളിച്ച് സിറ്റൗട്ടിലെ അരത്തിണ്ടിലിട്ട സുമിത്രയുടെ നെടുവീർപ്പ് അയാളുടെ ചങ്കിലിപ്പോഴും കുടുങ്ങിക്കിടക്കുന്നുണ്ട്.

"എങ്ങനേ ഗോയ്ന്നേട്ടാ നമ്മടെ മോളെ മനസ്സമാധാനത്തോടെ സ്കൂളില്ക്ക് വിട്ടാ... പത്രോം ടീവീം ഒന്നും തൊറക്കാൻ വയ്യല്ലോ. ഈയൊര്...."

ബാക്കി പറയാതെ, എന്തോ ഒര് ചീഞ്ഞമണം എന്നും പറഞ്ഞ് അവൾ മുറ്റത്തുകൂടി കണ്ണു പായിച്ച് പരതാൻ തുടങ്ങി. നേരാണെന്ന ബോധ്യമുണ്ടെങ്കിലും അവളുടെ ആശങ്കകളെ സാന്ത്വനപ്പെടുത്താനുള്ള ഒരു വാക്കും കിട്ടാതെ അയാൾ മൗനപ്പെടുകയാണ് പതിവ്.

മുമ്പൊക്കെ ഇത്തരമൊരുകാര്യം ഒളിച്ചുകേൾക്കാനിടയായാൽ പോലും അതിന്റെ ഉള്ളുകള്ളികളറിയാനുള്ള സ്വകാര്യമായ ത്വരയായിരുന്നു ഉള്ളിൽ മുളപൊട്ടിയിരുന്നതെങ്കിൽ, ഇന്ന് ഇത്തരം വാർത്തകൾ കാണുന്നതോ കേൾക്കുന്നതോ വല്ലാത്തൊരു അശാന്തിയുടെ കനലുകളാണല്ലോ നെഞ്ചിനുള്ളിലേക്ക് കോരിയിടുന്നത്. അസ്വസ്ഥമായ ചിന്തയിലേക്കാണ്, സുമിത്ര മൂക്കുപൊത്തി പ്രാകിക്കൊണ്ട്, റോസാച്ചെടിയുടെ ചോട്ടിൽ ചത്തുകിടന്നിരുന്ന എലിയെ വലിച്ചിട്ടത്.

“എപ്പൊ വന്ന് ചത്തതാണാവോ കുരിപ്പ്...”

പലപ്പോഴും മൂക്കിൽ വന്ന് കുത്തുന്ന കാറ്റിന് അഴുകിയൊരു ഗന്ധമാണ്.

ഇപ്പോഴും ആ കരച്ചിൽ കേൾക്കുന്നുണ്ട്. പിന്നിൽ നിന്നാണോ? മുന്നിൽ നിന്നാണോ? അതോ നടുവിലെ ഈ തിരക്കിൽപെട്ട് ശ്വാസം മുട്ടുന്ന തന്റെ ഉള്ളിൽ നിന്നു തന്നെയോ? ഓടുന്ന ബസ്സിന്റെ മുമ്പിലെ ബഹളത്തിലേക്ക് വേവലാതിയോടെ അയാളുടെ കണ്ണുകൾ എത്തിയും പാളിയും നോക്കിക്കൊണ്ടിരുന്നു.

ബസ്സ് കയറ്റത്ത് കിതച്ച് ശ്വാസംമുട്ടി വലിക്കുമ്പോഴും വളവുകളിൽ എല്ലാംകൂടി ആടിയുലയുമ്പോഴും ട്രാഫിക് ബ്ലോക്കുകളിൽ അവിചാരിതമായി ബ്രേക്കിടുമ്പോഴുമൊക്കെ കുട്ടികളുടെ നിലവിളികൾ. നാലരയുടെ ഷുഹാദ് പോയാൽ പിന്നെ മണിക്കൂർ കഴിയണം നാട്ടിലേക്കുള്ള ബസ്സിന്. അതിനാലാണ് എല്ലാരും ഇതിൽ തന്നെ ഞെങ്ങിപ്പൊട്ടുന്നത്.

ടിക്കറ്റെല്ലാം കയറിക്കഴിയും വരെ കണ്ണിൽകുത്തുന്ന വെയിലിൽ ക്യൂ നിൽക്കണം. ടിക്കറ്റിന് പിറകേ, ചിറമുറിഞ്ഞ വെള്ളംപോലെ യൂമിഫോമുകൾ പാഞ്ഞുകയറും.

“മതി. മതി. ഇനിയ്ള്ളവര് അട്ത്ത ബസ്സിന്.” അധികാരത്തിന്റെ കൈ, ക്യൂ വെട്ടിമുറിക്കും. ദൈന്യതയിറ്റിവീഴുന്ന പെൺമിഴികളിലേക്ക് കറുത്ത പുക തുപ്പിക്കൊണ്ട് ബസ്സ് അകന്നു പോകും. ആൺകുട്ടികൾ പുരുഷാധിപത്യത്തോടെ മുഴുവനും കയറിപ്പറ്റിയിട്ടുണ്ടാവും.

സ്കൂൾ വിട്ടുകഴിഞ്ഞാൽ മിക്ക കുട്ടികളുടെയും കൈയിൽ മൊബൈൽ ഫോണുകളും അതിന്റെ നാഡിഞരമ്പുകളും ഒരു മാജിക്കുകാരന്റെ കൈവഴക്കത്തോടെയങ്ങ് മുളച്ചുപൊന്തും. അതിലും തോണ്ടി ചിരിച്ചും കളിച്ചും മന്ത്രിച്ചും പെൺമണം ശ്വസിച്ചുംകൊണ്ടുള്ള ഹരം പിടിച്ച യാത്ര. മാറിടങ്ങളിലേക്ക് ഒരാശാരിയുടെ യന്ത്രകൃത്യതയോടെ തുളഞ്ഞിറങ്ങുന്ന കണ്ണുകൾ. കമ്പിയിൽ പിടിച്ച് വിയർപ്പ് നനഞ്ഞ തുടുത്ത വിരലുകളിൽ ഉള്ളുകൊണ്ടൊരു തൊടൽ.

എല്ലാം മഞ്ജു സുമിത്രയോട് വന്ന് പറയുന്നത് അയാളും കേൾക്കാറുണ്ട്.

സഹിക്കുകയേ നിവൃത്തിയുള്ളൂ...

തന്റെ മകൾക്ക് നാളെയും ഈ ശകടത്തിൽ യാത്രപോകേണ്ടതാണ്. നെഞ്ചിനുള്ളിലെ വിങ്ങൽ ഗൗനിക്കാതെ കണ്ണടച്ചുകളയും.

മഞ്ജു പറയും: "അച്ഛനെന്തു സുഖായിരുന്നു, കുട്ടിക്കാലത്ത്. കൂട്ടുകാർക്കൊപ്പം പാടത്തൂടെ കിളികളോടും പൂക്കളോടും കിന്നാരോം പറഞ്ഞ്, കോട്ടിയും കളിച്ച്, കൈതത്തോട്ടിലിറങ്ങി കുളിച്ച്, കണ്ണിമാങ്ങയ്ക്കെറിഞ്ഞും പറങ്കിമാങ്ങാച്ചുന ട്രൗസറിൽ തുടച്ചും പരൽമീൻ പിടിച്ച് തൂക്കുപാത്രത്തിലാക്കിയും തുള്ളി മദിച്ചോണ്ടുള്ള ആ പോക്ക് അച്ഛൻ പറഞ്ഞുകേക്കുമ്പോ അസൂയോണ്ട് കൊതിയാവ്വാ. ഇന്ന് ഞങ്ങളെന്തൊക്കെ സഹിക്കണം? അന്നത്തെയാ സ്വാതന്ത്ര്യം ഇന്നെന്താണച്ഛാ കിട്ടാത്തത്...?"

എന്താണവളോട് പറയുക..? സ്വാതന്ത്ര്യം കിട്ടിയതുമുതൽ പാവങ്ങളുടെ സ്വാതന്ത്ര്യം നഷ്ടപ്പെടാൻ തുടങ്ങി എന്നോ? ഓരോ ദിവസത്തെ വിശേഷങ്ങളും മഞ്ജു വന്നു പറയുമ്പോൾ നിസ്സംഗതയോടെ കേട്ടു നിൽക്കാനേ കഴിയൂ. ഒരു കുട്ടിയുടെ ചുണ്ടുകൾ മറ്റെ കുട്ടിയുടെ ചെവിയിൽ തൊട്ടുരുമ്മും. കണ്ണടകൾ തട്ടിവീഴും. കമ്പിയിൽ തൊലിയുരഞ്ഞ് പൊട്ടും. കുഴി നഖമുള്ള കാൽവിരലുകൾ നിശ്ശബ്ദം കരയുന്നുണ്ടാവും. കൂടെ ചെറുക്കന്മാരുടെ ചില...ഒപ്പം കണ്ടക്ടറുടെ പതിവു നുഴഞ്ഞുകയറ്റവും....

"കൊല്ലല്ലേ പെണ്ണേ."

മഞ്ജുവിന്റെ ശബ്ദമല്ലേ ആ കേട്ടത്.

"ഞാനെന്താടീ ചെയ്യ്ണ്... ഈ ചെറ്ക്കംമ്മാരാണ് പിന്നീന്ന്."

അതോ, മറുപടി പറഞ്ഞതാണോ മഞ്ജു. ഗോവിന്ദൻകുട്ടി ഉൾപിടച്ചിലോടെ ഏന്തിവലിഞ്ഞ് നോക്കി. പിന്നിലേക്കു വളർന്ന ബാഗുകൾ വലിയൊരു തടസ്സം തന്നെ.

"കുട്ട്യാളേ, ങ്ങളെ ഈ ബേഗ്വോണ്ടാണ് വല്യെ തൊയിരക്കേട്."

"ഞങ്ങളെന്തു ചെയ്യാനാ കാക്കാ, ബാഗിനെ മാത്രം മറ്റൊരു ബസ്സിൽ കയറ്റി വിടാൻ പറ്റ്വോ?" കൂട്ടച്ചിരി. കാരണവർ പിറുപിറുത്തുകൊണ്ട് പിന്നിലേക്ക് ഒതുങ്ങി. മുമ്പിൽ നിന്നൊരു പൈതൽ ആർത്തലച്ചു കരയുന്നു. അതിന്റെ തലയെങ്ങാനും മുട്ടിക്കാണും. എത്ര തിരക്കാണെങ്കിലും ഈ പെൺകുട്ടികൾ കിളികളെപ്പോലെ ചിലച്ചുകൊണ്ടേയിരിക്കും. പയ്യൻസും ഒട്ടും വിട്ടുകൊടുക്കില്ല. വരണ്ടുണങ്ങിയ വായ തുറക്കുമ്പോൾ കൊഴുത്ത ഒരുതരം ഗന്ധം.

അതിശയം തോന്നും ഇവരൊന്നും വെള്ളം കാണാറുമില്ലെന്ന്!

ആവിയിൽ പുഴുങ്ങിയ ചുടുകാറ്റിന് വിയർപ്പ് വെന്ത മണം.

ഡ്രൈവറുടെ തൊട്ടുപിറകിലുള്ള മൂലയിൽ മഞ്ജുവുണ്ടാവും ഞെരിഞ്ഞമർന്ന്... അയാൾ വേദനയോടെ ഓർത്തു.

"അല്ലെങ്കിലേ ഒര് നൂലാണവള്. കൂടെ ഈ തെരക്കിലൂടെള്ള യാത്രേം. പാവം ന്റെ കുട്ടി..." സുമിത്ര മഞ്ജു കാണാതെ കണ്ണുനിറയ്ക്കും.

രാവിലെ ഒരു കഷ്ണം പുട്ട്. അല്ലെങ്കിൽ രണ്ടു വെള്ളപ്പം. ഇതും കഴിച്ച്, ഒരു ഗ്ലാസ് ചായയും വലിച്ചുകുടിച്ച് പോകുന്നതാണ്. ചോറ് കൊണ്ടുപോകാൻ പറഞ്ഞാൽ കേൾക്കില്ല. കൂട്ടുകാരികളൊക്കെ വീട്ടിൽ വന്നിട്ടാണത്രേ കഴിക്കാറ്. സ്കൂളിൽ നിന്ന് ബാത്ത്റൂമിൽ പോകാനുള്ള മടികാരണം കൊണ്ടുപോകുന്ന വെള്ളം മുക്കാലും അവൾ തിരിച്ച് വീട്ടിലേക്ക് തന്നെ കൊണ്ടുവരുന്നതിനെച്ചൊല്ലി സുമിത്രയും അവളും മിക്ക ദിവസവും കലഹമാണ്.

"ഒര് തുള്ളി വെള്ളം കുടിക്കണ്ട നിയ്യ്... അവടെ വേദനാ ഇവടെ വേദനാന്ന് പറയുമ്പളേക്കും കൊണ്ടുപായാൻ നെന്റച്ഛന് സർക്കാരാഫീസിലൊന്നല്ല ജോലി. അതോർത്തോ."

ആകെ കരുവാളിച്ച് വിയർപ്പിൽ കുതിർന്ന് ആടിക്കുഴഞ്ഞുള്ള ആ വരവു കണ്ടാൽ സഹതാപമല്ല, ദേഷ്യമാണ് തോന്നുക. വല്ലതും കഴിച്ചെങ്കിലല്ലേ ദേഹത്ത് കാണുകയുള്ളൂ.

അച്ഛനേക്കാളുപരിയായി അമ്മയുടെ ഉള്ളിലാണല്ലോ പെൺകുട്ടികൾ വളരുന്നതും അവരുടെ കിനാവുകൾ ചുവക്കുന്നതും! ഒരിക്കൽ സുമിത്ര പറഞ്ഞാണ് അറിയുന്നത്:

"നോക്കൂ, ഗോയ്ന്നേട്ടാ, മഞ്ജു വല്ല്യെ പെണ്ണായി!"

ഒന്നും പറയാതെ മുറ്റത്തെ പനിനീർമൊട്ടിൽ ഒരു വസന്തം നോക്കി നിന്നു. എന്നാൽ ദിനം പ്രതി കേൾക്കുന്ന ഓരോ മുറിവുകൾ കാരമുള്ളുകളായി ഉള്ളിൽ കോർത്തു വലിച്ചപ്പോൾ, നെഞ്ചിനുള്ളിൽ നിന്ന് വിങ്ങി വിങ്ങിയുള്ള ഒരു കരച്ചിൽ കേൾക്കുകയും അയാൾ ജീവനുള്ളൊരു പ്രാർത്ഥനാലയമായി പരിണമിക്കുകയും...

മഞ്ജു തിരണ്ടപ്പോൾ ഇല്ലാത്ത കാശുകൊണ്ടാണവൾക്ക് അരിഷ്ടവും ലേഹ്യവും ബൂസ്റ്റുമൊക്കെ വാങ്ങിച്ചു കൊടുത്തത്. ഒന്നു മിനുങ്ങി. അത്ര തന്നെ. അത് ഈ പൊള്ളുന്ന വെയിൽ മുഴുവനായി നക്കിയെടുക്കുകയും ചെയ്തു.

സുമിത്ര പറഞ്ഞു: "ഇനിയവളെ ഈ തെരക്കിൽ പറഞ്ഞയയ്ക്കാൻ എനിക്ക് പേട്യാ ഗോയ്ന്നേട്ടാ... ഇനി അവൾ മാത്രല്ലേയ്ള്ളൂ നമ്മ്ക്കെല്ലാത്തിനും..." അതു പറയുമ്പോൾ അവളുടെ കണ്ണുകൾ വേഗം നിറയും. മനോജിനെക്കുറിച്ചുള്ള ഓർമ അവൾക്കെന്നും താങ്ങാനാവത്തതാണ്.

"അത്ന്പ്പൊ നമ്മളെന്താ സുമീ ചെയ്യ്വാ...?"

അല്പമൊന്ന് മടിച്ച് അവൾ പറഞ്ഞു: "നമുക്ക് അവൾക്കൊരു..." ശങ്കയോടെ അവൾ നിർത്തി.

വലിയവരുടെ മക്കൾ സ്കൂട്ടിയിലും കാറിലുമൊക്കെ വിലസുന്നത് സുമിത്രയും കാണുന്നതാണല്ലൊ. അവളുടെ ചങ്കിൽ ഒരു വലിയ മോഹം ഇടറി നിൽക്കുന്നത് ഗോവിന്ദൻകുട്ടി കണ്ടു.

“എന്താ സുമീ....”

“ഒന്നൂല്ല്യ ഗോയ്ന്നേട്ടാ...” അവളുടെ കണ്ണുകൾ രണ്ടു വലിയ തുള്ളികളായി അടർന്നു. തീ കത്തുന്ന അടുപ്പിനരികിലേക്ക് അവൾ മറയുന്നത് നിസ്സഹായനായി നോക്കി നിന്നു. നെഞ്ചിലെ വേവിലേക്ക് നെടുവീർപ്പിടുമ്പോൾ, കണ്ണുകൾ ബാല്യകാലത്തിന്റെ വയൽവരമ്പുകളിലേക്ക് കുതറിയിറങ്ങി. തന്നെ തനിച്ചാക്കിയിട്ട് ഒരു നാൾ അമ്മ ഒന്നുംപറയാതെ മരണത്തിന്റെ കൂടെയങ്ങ് ഇറങ്ങിപ്പോയപ്പോൾ പഠനം അഞ്ചാം തരത്തിൽ നിന്നു. അമ്മ പറഞ്ഞുകേട്ട ഒരോർമ മാത്രമായിരുന്നല്ലോ അച്ഛന്റെ മുഖം! ദുരിതക്കടവുകൾ നീന്തിക്കടന്ന് സുമിത്രയെ വിവാഹം കഴിച്ച് മക്കളൊക്കെയായപ്പോൾ, അവർക്ക് അവരുടെ അച്ഛന്റെ ഗതി വരരുതെന്ന് ആഗ്രഹിച്ചതിനു പിന്നിലും സ്വന്തം ജീവിതക്കൈപ്പു തന്നെയായിരുന്നു.

മക്കളുടെ പഠനത്തിനുവേണ്ടി വിയർപ്പൊഴുക്കിയിട്ട്, ഒടുവിൽ പ്ലസ്ടു പരീക്ഷയുടെ റിസൾട്ട് വന്നതിന്റെ പിറ്റേന്നായിരുന്നു മനോജിനെ കാണാതായത്. ലോകത്തിന്റെ ഏതെങ്കിലുമൊരു കോണിൽ ജീവനോടെയുണ്ടോയെന്ന അറിവുപോലും അച്ഛനും അമ്മയ്ക്കും നിഷേധിച്ച സീമന്തപുത്രൻ.

പിന്നെ ആണും പെണ്ണുമായി ഉള്ളതാണ് മഞ്ജു.

അവളുടെ ചോറ് ആരാന്റെ അടുക്കളയിലാണെന്ന് സുമിത്ര ഇടയ്ക്കിടെ ഓർമപ്പെടുത്തും. മഞ്ജു, എല്ലാ അമ്മമാരെയും പോലെ സുമിത്രയ്ക്കും നെഞ്ചിലെ വേവായി വളർന്നു. പൂവ് വിടരുന്ന വിസ്മയം പോലെയാണവൾ തടിച്ചുരുണ്ടത്!

ഇപ്പോൾ അവളെ കല്യാണം കഴിപ്പിച്ചു വിടണമെന്ന് സുമിത്രയും പഠിപ്പിക്കണമെന്ന് താനും...

പൊടുന്നനെയാണ് ബസ്സ് ബ്രേക്കിട്ടതും കുട്ടികളുടെ ആർത്തലച്ചുള്ള നിലവിളിയോടെ ആടിയുലഞ്ഞ് നിന്നതും! ജീവനെപ്പേടിയോടെ എല്ലാവരും മുന്നിലേക്ക് ഉത്ക്കണ്ഠപ്പെട്ടു. തച്ചങ്ങോട് കഴിഞ്ഞപ്പോൾ, തണ്ടുപാറക്കാരുടെ, ഇരുൾ വീണുകിടക്കുന്ന വിജനമായ റബർതൊടിയിൽ നിന്നും ഒരു പന്നി ബസ്സിന്റെ മുമ്പിലൂടെ വിലങ്ങു മുറിഞ്ഞതാണത്രേ കാരണം. പണ്ടൊക്കെ തഞ്ചം നോക്കി, പുലർച്ചയിലും സന്ധ്യാനേരത്തുമൊക്കെയായിരുന്നു പന്നിയിറക്കം. ഇപ്പോഴത്തെ പന്നികൾക്ക് നേരോം കാലവും ഒന്നും ഇല്ലാതായിരിക്കുന്നു! പിന്നെ അതിനെപ്പറ്റിയായി ചർച്ച. ഗോവിന്ദൻകുട്ടിയുടെ മനസ്സ് അതിലേക്കൊന്നും പോയില്ല...

മുമ്പിൽ നിന്ന് ഇപ്പോഴും ആ കുഞ്ഞിന്റെ നിർത്താതെയുള്ള കരച്ചിൽ...

തിരക്കിനു നടുവിൽ കുടുങ്ങിയവർക്ക് ഇറങ്ങാനുള്ള ഒരു പ്രയാസം. ചിലർ പുറത്തിറങ്ങി, ധൃതിയിൽ ചതുരക്കള്ളിയിലൂടെ അകത്തേക്ക് കൈ നീട്ടി കുഞ്ഞുങ്ങളെ വാങ്ങുന്നു.

പരിയങ്ങാട്ടു പുഴക്കടവിൽ ഇറങ്ങിയവരുടെ കൂട്ടത്തിൽ അല്പം മുതിർന്നൊരു പെൺകുട്ടി പൊടുന്നനെ അവിടെ മുറിച്ചിട്ടിരുന്നൊരു തടിക്കഷ്ണത്തിനു മീതേക്ക് തളർന്നിരുന്ന്, വറ്റിയ പുഴയിലേക്ക് നോക്കി വിതുമ്പുന്നത് ആളുകൾക്കിടയിലൂടെ കണ്ടു. കുനിഞ്ഞിരുന്ന്, വിങ്ങുന്ന സങ്കടം അവൾ കൈക്കുമ്പിളിൽ ഒളിപ്പിച്ചിരുന്നതിനാൽ ആളെ മനസ്സിലായില്ല. കഴുകൻകണ്ണുകൾ ഒരുത്സവമായി അവളെ കൊത്തി വലിക്കുന്നു.

"എന്ത്നാണാ പെണ്ണ് കരയ്ണ്?"

"ആവോ.... എന്താണാവോ?"

"ഏതാണാ കുട്ടി?"

കണ്ടവർ പരസ്പരം ചോദിക്കുന്നു. ബസ്സ് നീങ്ങിത്തുടങ്ങിയിട്ടും മുഖം പൊത്തി വിതുമ്പുന്ന ആ പെൺകുട്ടിയുടെ ദൈന്യചിത്രം ഗോവിന്ദൻ കുട്ടിയെ നായാടിക്കൊണ്ടിരുന്നു.

എന്താണാവോ അവൾക്ക് പറ്റിയത്?

വരമ്പൻകല്ല്പാലം കടക്കുമ്പോൾ, വരണ്ടു മലർന്നു കിടക്കുന്ന പരിയങ്ങാട്ടു പുഴയിൽ നിന്നും ആവിയിൽ വെന്ത അഴുകിയ ഒരുമണം കാറ്റായ് വന്ന് അയാളുടെ ശ്വാസത്തിൽ പുതഞ്ഞു. റോസാച്ചെടിയുടെ മുരട്ടു നിന്നും സുമിത്ര വലിച്ചിട്ട എലിയെയാണ് അയാൾക്കപ്പോൾ ഓർമ വന്നത്.

തന്റെ സ്റ്റോപ്പെത്തിയപ്പോൾ മറ്റുള്ളവരുടെ കൂടെ ഇറങ്ങി, ഗോവിന്ദൻകുട്ടി മുൻവശത്തേക്ക് നടന്നു. അല്ല, നടക്കുന്നപോലെ ഓടി. എന്നാൽ ബസ്സ് അത് തീരെ ഗൗനിക്കാതെയങ്ങ് ചീറിയകന്നപ്പോൾ അയാളുടെ വയറ്റിനുള്ളിലൂടെ ഒരു കാളൽ ഇടിവാളുപോലെ മുകളിലേക്ക് പുളഞ്ഞ് ഇടതു നെഞ്ചിൻകൂട്ടിൽ പിടുത്തമിട്ടു.

പുറംകാഴ്ച്ചക്കാർക്ക് ആ ആഘാതത്തിന്റെ തോത് അളക്കാൻ കഴിയാത്തതുകൊണ്ടാവും, ഇടതുകൈകൊണ്ട് ഇടത് നെഞ്ചിൽ അമർത്തിപ്പിടിച്ച് വലതുകൈ തലയിൽ കൊളുത്തി പല്ലുകടിച്ചുപിടിച്ചുകൊണ്ട് പതിയെ ഭൂമിയിലേക്ക് അമരുന്ന ആ മനുഷ്യനെ ഒന്നു താങ്ങാൻ ആരും വരികയുണ്ടായില്ല. ■

കണ്ണാടിയിൽ ഒരു മർയം

ജാലകത്തിനു പുറത്ത് ആകാശം പെയ്യാനൊരുങ്ങുന്നതോ, ദൂരെ വയലിൽ ഒരു ടിപ്പർ ചെമ്മണ്ണ് കൊണ്ടു വന്ന് തട്ടുന്നതോ, വയൽപ്പച്ച കറുത്ത് മൂടുന്നതോ ഒന്നും മർയം കാണുന്നില്ലായിരുന്നു.

അങ്ങു ദൂരെ കടിഞ്ചീരിയൻ മലയുടെ മുകളിലെ വെള്ളി മേഘങ്ങളിൽ നിന്ന് ദൈവത്തിന്റെ മലക്കുകൾ[1] സന്ദേശവുമായി ഇറങ്ങി വരുന്നതും ഒരു പാവം പെണ്ണിന്റെ ഹൃദയം അവർക്കു മുമ്പിൽ നിറയുന്നതും മർയം കിനാവു കണ്ടു.

അവളുടെ അന്തഃരംഗം പ്രാർത്ഥിച്ചുകൊണ്ടിരുന്നു.

കരുണാമയനായ നാഥാ, മർയമിനെ സ്ത്രീകളിൽ വച്ചേറ്റവും വിശിഷ്ടയായി തിരഞ്ഞെടുത്തിരിക്കുന്നുവെന്നും വിശുദ്ധയാക്കി ഉയർത്തി വെച്ചിരിക്കുവെന്നും നീ സുവിശേഷമറിയിച്ചു. അവർ പുണ്യം ചെയ്തവർ... ഹന്ന എന്നവരുടെ ഗർഭത്തിലിരിക്കുമ്പോൾ തന്നെ നിന്നെ ആരാധിച്ചു മാത്രം വളർന്നവർ... ബൈത്തുൽ മുഖദ്ദസ്സിൽ[2] ഉഷ്ണ കാലത്ത് ശൈത്യകാലത്തെ പഴങ്ങളും ശൈത്യകാലത്ത് ഉഷ്ണ കാലത്തെ പഴങ്ങളും ഭക്ഷിച്ച് വളരാൻ ഭാഗ്യം ലഭിച്ചവർ...

ഈയുള്ളവളോ?

എന്റെ മാതാവ് ഹന്ന എന്നവരല്ല. എന്നെ വളർത്തിയത് സകരിയാ എന്നവരുമല്ല. ഈയുള്ളവൾക്കു നീ, കണ്ണീർ ഇറ്റി വീഴുന്ന ചോറ്റു പാത്രവും ദാരിദ്ര്യത്തിന്റെ വിയർപ്പു പുരണ്ടുണങ്ങിയ വാഴക്കുടപ്പനിലെ തേനല്ലികളും തന്നു. പരാതിയില്ല, ഒട്ടും. എങ്കിലും അഞ്ചു നേരവും കരളുരുകി ഞാൻ നിനക്ക് സുജൂത് ചെയ്യുന്നവളല്ലേ? നോമ്പ് നോൽക്കുന്നവളല്ലേ? നീ കാണിച്ചു തന്ന വഴിയിലൂടെ മാത്രം നടക്കുന്നവളല്ലേ?

എന്നിട്ടും....

നീ ഇരുളിനെ നിലാവിനാൽ അകറ്റുന്നവനും ശ്വാസമായ് പ്രപഞ്ച ജീവൻ അണയാതെ കാക്കുന്നവനും. പ്രപഞ്ചത്തിന്റെ ഓരോ തുടിപ്പിലും

---

1. മലക്ക് - ദൈവദൂതൻ
2. ബൈത്തുൽ മുഖദ്ദസ് - പ്രാർത്ഥനാലയം

കരുണയോടെ കയ്യൊപ്പു ചാർത്തുന്നവനും കണ്ണില്ലാതെ കാണുന്നവനും കാതില്ലാതെ...

എന്നിട്ടും റബ്ബേ...

ഇരുട്ടിന്റെ ഓരോ തടവറകളിലും ദിവസവും ചങ്കുപൊട്ടി കരഞ്ഞൊടുങ്ങുന്ന മർയങ്ങളെ നീ കാണുന്നില്ലല്ലോ... അവരുടെ സുജൂദിന്റെ അടയാളങ്ങൾ പായയിലുരഞ്ഞു പൊട്ടി, ചോര പൊടിയുന്നതും നിസ്ക്കാരപ്പായ പ്രാർത്ഥനകളാൽ നനയുന്നതും നീ...

പരിഭവപ്പെടുകയല്ല ഞാൻ...

എങ്കിലും ഭൂമിയിലെ എന്നെപ്പോലെയുള്ള മർയങ്ങൾക്ക്, വെളിച്ചത്തിന്റെ തുമ്പപ്പൂരശ്മികൾ കടന്നു വന്ന് ഇരുളിനെ അകറ്റുന്ന ഒരു കൊച്ചുവാതിൽ...

മർയമിന്റെ കണ്ണുകൾ നിറഞ്ഞൊഴുകി.

കടിഞ്ചീരിയൻ മലയിലേക്ക് അവൾ പ്രത്യാശയോടെ നോക്കി.

വെള്ളിമേഘങ്ങൾ മറഞ്ഞിരുന്നു.

മലമുകളിൽ മഴ പെയ്തു തുടങ്ങിയിരുന്നു.

മർയമിന്റെ കൺസമുദ്രങ്ങൾക്കു മുമ്പിലെ മൂടൽമഞ്ഞിൽ ഒരു വാകമരം നിറയെ പൂവ്!

ചോര പോലെ ചുകന്ന വാകപ്പൂക്കൾ...

ഓത്തുപള്ളി മുറ്റത്തെ പുളിമരച്ചോട്ടിൽ അച്ചിപ്പുളിങ്ങ പെറുക്കി, പട്ടുപാവാടയുടെ മടി നിറയ്ക്കുന്ന കൊച്ചു മർയം. സ്കൂൾ മുറ്റത്തെ ആളൊഴിഞ്ഞ വാകമരത്തണലിൽ ഒറ്റയ്ക്ക് അമ്മാനമാടിക്കളിക്കുന്ന മർയത്തെ അവൾ കണ്ടു.

മദ്രസ വിട്ടു പാടവരമ്പിലൂടെ വീട്ടിലേക്കോടുമ്പോൾ ഞാറ്റു പച്ചയുടെ കാറ്റു താളങ്ങൾ ഉലഞ്ഞുലഞ്ഞു വന്നു അരുമയായി ഉമ്മ വെക്കും.

വീട്ടിലെത്തി ചങ്കു നനച്ച് നേരെ സ്കൂളിലേക്ക്.

ഓരോ പടികളും മർയം ചുറുചുറുക്കോടെ വളർന്നു കയറി. വയൽ വരമ്പിലെ അറ്റങ്ങലാഴി മുറിച്ചു കടക്കുമ്പോൾ, തെളിനീരിൽ പരൽ മീനുകളുടെ പുളപ്പ്! വാലിൽ കറുത്ത പൊട്ടുള്ള കുറുന്തലപ്പരൽ, കണ്ണാംചൂട്ടികൾ...

കണ്ടു നിന്നു പോകും!

-ശ്ശൂ..., ശ്ശൂ...

വാഴക്കുടപ്പനിലെ അണ്ണാറക്കണ്ണനെ ചിരിച്ചോടിച്ച്, കാൽ വിരലിൽ ഏന്തിച്ച് തേനല്ലി വിടർത്തി നുകരുന്ന അമ്പിളി മൊഞ്ച്...! കണ്ട് വിസ്മയിച്ച് വാഴയിലകൾക്കിടയിൽ കണ്ണിറുക്കി താളം പതുങ്ങുന്ന കുസൃതി

ക്കാറ്റ്... തിരിച്ച് വരുമ്പോൾ നേരം വൈകിയതിന്റെ തിണർപ്പ് വെളുത്ത കൈവെള്ളയിൽ ചുവന്ന് ചിരിക്കും. അത് നോക്കി അവളും..!

ഒരിക്കൽ മദ്രസ വിട്ടു മടങ്ങുമ്പോഴായിരുന്നു മർയമിന്റെ വെളുത്ത പാവാടയിൽ ഒരു ചോരപ്പൂവ് വീണത്. അന്നു മുതലാണ് അവളുടെ മിഴികളിൽ ഒരു വാകപ്പൂവിന്റെ നാണം ഒളിച്ചു വെക്കാൻ തുടങ്ങിയത്. ഇബ്‌ലീസി[3]ന്റെ കണ്ണുകൾ അതിനും മുമ്പ് തന്നെ അവളോട് കിന്നാരം പറഞ്ഞു തുടങ്ങിയിരുന്നു...

- മറിയക്കുട്ടീ, നിനക്ക് കമ്പ്യൂട്ടറിൽ ചിത്രം വരയ്ക്ക്ണത് കാണണോ...?

ഒരിക്കൽ പാലും കൊണ്ട് ചെന്നപ്പോഴാണ് അടുത്ത വീട്ടിലെ മാഷ് അവളോട് ചോദിച്ചത്. ഉപ്പയെപ്പോലെ കരുതുന്ന അദ്ദേഹത്തിന്റെ വാത്സല്യത്തിനു മുമ്പിൽ അവളുടെ ചുണ്ടിലൊരു പുഞ്ചിരിയുടെ മൗനം സമ്മതം മൂളി. ആ മുറിയിൽ മങ്ങിയ ഇരുട്ട് പതുങ്ങി നിന്നിരുന്നു. പറയാതൊളിച്ചു വെച്ച കൗതുകത്തിനു മുമ്പിൽ മൗസ്പോയിന്റ് മെല്ലെ വിറയാർന്നു. സ്ക്രീനിൽ തെളിഞ്ഞ ചിത്രത്തിലേക്ക് നക്ഷത്രക്കണ്ണുകൾ വിടർന്നു. ചേർത്തു പിടിച്ച വിരലുകൾ വിറയോലുന്നതും വിയർപ്പ് നനയുന്നതും എന്തിനാണെന്ന് അവൾക്ക് മനസ്സിലായില്ല. ഇരുട്ടിന്റെ പൊത്തുകളിൽ നിന്ന് പഴുതാരകൾ അരിച്ചിറങ്ങി.

-ച്ച് കാണണ്ട.

അയാൾക്ക് തന്റെ ഉപ്പയുടെ മണമല്ലെന്ന് തിരിച്ചറിഞ്ഞ്, ആ മുറിയിൽ നിന്നും ഇറങ്ങിയോടുമ്പോൾ അവളുടെ ഹൃദയം വല്ലാതെ മിടിച്ചു. ചുണ്ടുകൾ വിതുമ്പി. കണ്ണുകൾ നിറഞ്ഞൊഴുകി.

ഒന്നും, ആരോടും പറയാൻ അവൾക്ക് തോന്നിയില്ല.

അതിൽപിന്നെയാണ് മർയം, തന്നെ ചുറ്റി വരിയുന്ന പാമ്പുകളെ സ്വപ്നം കണ്ട് ഞെട്ടിയുണർന്ന് നിലവിളിക്കാൻ തുടങ്ങിയത്.

-നല്ലോണം ചെല്ലിയൂതി കെടക്കാഞ്ഞിട്ടാ ങ്ങനെ ഒരോന്നൊക്കെ കാണ്ണത്....

ഉമ്മ അവളെ ചേർത്ത് പിടിച്ച് ശാസിച്ചു. മിഴികളടച്ച് മൗനംപൂണ്ട് അവളുടെ രാവുകൾ ഉറക്കം പ്രാർത്ഥിച്ചു കിടന്ന് വെളുത്തു...

-പടച്ചോനേ, ച്ച് പൊറുത്ത് തെരണേ...

മർയം നെടുവീർപ്പിട്ടു: പിശാചിന്റെ ശല്യങ്ങളിൽ നിന്ന് അകറ്റപ്പെട്ടിരിക്കുന്നുവെന്ന് നീ മർയത്തിന് സുവിശേഷമറിയിച്ചു. എന്നാൽ പിശാചുക്കളും വിഷപ്പാമ്പുകളും പെരുകുന്ന ഈ മണ്ണിലൂടെ എങ്ങനെയാണ് നാഥാ ഞാൻ പേടി കൂടാതെ നടക്കുക?

---

3. ഇബ്‌ലീസ് - പിശാച്

മഴനാരുകൾക്കിടയിലൂടെ നീട്ടിയ മർയത്തിന്റെ നിറമിഴികൾക്കു മുമ്പിൽ സ്കൂളിലേക്കുള്ള ചവിട്ടുപടികൾ പച്ചപ്പായൽ പിടിച്ചു നരച്ചു കിടന്നു...

ഒമ്പതാമത്തെ പടി കയറുമ്പോഴായിരുന്നു മുമ്പിൽ കറുത്ത രണ്ട് നിഴലുകൾ വഴി മുടക്കിയത്. തലയിൽ വട്ടക്കെട്ടുള്ള ഒരു കാരണവരും മുപ്പതോ അതിൽ കൂടുതലോ പ്രായം തോന്നിക്കുന്ന ഒരു യുവാവും.

-ഉസ്മാനാജിന്റെ പേരക്കുട്ട്യല്ലേ...?

കാരണവരുടെ മുഖത്തേക്ക് അതേ എന്ന് അന്തിച്ചു നിന്നു.

-പേടിച്ചൊന്നും മാണ്ട. ഞങ്ങള് കുടീക്ക് വെര്ണ് ണ്ട്....

ഒന്നും മനസ്സിലായില്ല.

ഉസ്മാനാജിന്റെ പേരക്കുട്ടി! ആ ഒരു പേരിന്റെ പ്രതാപം മാത്രമേ ഇന്ന് ശേഷിക്കുന്നുള്ളൂ. പണ്ട്, ചങ്ങാതിയെ വിശ്വസിച്ച് കൂടെക്കൂട്ടി കച്ചവടം ചെയ്ത് കടംകയറി മുടിഞ്ഞ തറവാട്ടിൽ, ആ സത്യം ഉൾക്കൊള്ളാൻ അഭിമാനം സമ്മതിക്കാത്ത ഒരേയൊരാളേയുള്ളൂ, തന്റെ വല്ല്യുപ്പ!

അടുത്ത ദിവസം വല്ല്യുപ്പ എല്ലാവരോടുമായി പറയുന്നത് കേട്ടു:

-വയസ്സും പ്രായൊന്നും നോക്കണ്ട. എന്തോണ്ടും ഞമ്മക്ക് ചേർന്നൊാർ ബന്താ... മാത്രല്ലാ ഓരൊന്നും ചോയ്ച്ചിട്ടൂല്ലാ...ഓല്ക്ക് കുട്ടിനെ മാത്രം മതീന്ന്. ചെറ്ക്കന് രണ്ട് മാസേ ലീവൊള്ളൂ. അയ്ന്റെടീല് നിക്കാഹ് നടത്തണം. പിന്നെ ഓക്ക് പയ്നെട്ട് തെകീമ്പൊ കല്യാണം. ഇന്യൊന്നും ആലോചിക്കാന്ല്ലാ.... അതങ്ങട്ട് ഒറപ്പിച്ച്ാ....

മർയമിന്റെ ഉള്ളിലൊരു വെള്ളിടി വെട്ടി. കണ്ണിൽ ഇരുട്ട് മൂടി. തല കറങ്ങി.

ഫോണിലൂടെയും അല്ലാതെയും പിന്നെയും അവളെന്തൊക്കെയോ കേട്ടു. വയസ്സ് തികയാത്തത് കൊണ്ട് രഹസ്യമായി നടത്തിയാൽ മതി. രാത്രി അമ്മാവന്റെ വീട്ടിൽ വെച്ച് നിക്കാഹ്. വേണ്ടപ്പെട്ടവർ മാത്രം കൂടിയാൽ മതി. നാലാളറിഞ്ഞാൽ നൂറാള്ണ്ടാവും ഒറ്റിക്കൊടുത്ത് നാറ്റിക്കാൻ....

എല്ലാം മനസ്സിലായപ്പോഴാണ് മർയം ഭീതിയോടെ കാലത്തിന്റെ പിറകിലൊളിക്കാൻ തുടങ്ങിയത്. ഉമ്മയും ഉപ്പയും തനിക്ക് വേണ്ടി ഒരക്ഷരം പോലും മിണ്ടാത്തതിലായിരുന്നു അവൾക്ക് ഏറെ സങ്കടം. അവളുടെ പക്വമാവാത്ത ഹൃദയത്തിൽ ഓരോ വിചാരങ്ങൾ വേവുന്നതും ആ ചൂടിൽ അവൾ ഉരുകുന്നതും ആരും അറിഞ്ഞില്ല...

ബൈത്തുൽ മുഖദ്ദസ്സിൽ സകരിയാ നബിയുടെ സംരക്ഷണത്തിൽ വളർന്ന മർയമിന് ഒരു കാലത്തും വില പേശാൻ ആരുമുണ്ടായിരുന്നില്ല. ഇവിടെ, മുഹമ്മദ് അക്ബറിന്റെയും ഉമ്മുകുൽസുവിന്റെയും ദരിദ്രപുത്രിയായ ഈയുള്ളവൾക്ക് ഇപ്പോഴേ വില പറഞ്ഞുറപ്പിച്ചിരിക്കുന്നു...

ഭീതിയുടെ ഇരുട്ട് പിഞ്ചു മനസ്സിൽ സദാ ഓരോ വിചാരങ്ങളായി വിയർത്തു...

ഞാനറിയാതെ, എന്റെ സമ്മതമില്ലാതെ എന്റെ നിക്കാഹ്! എന്റെ മെഹറിന്റെ കൂടെ ഒരു മുന്തിയ മൊബൈൽ കൂടിയുണ്ടാവും എനിക്കുള്ള സമ്മാനമായി. അതുറപ്പാണ്. പിന്നെ, ആ മൊബൈൽ പറയുന്നപോലെ യായിരിക്കും എന്റെ ജീവിതം! നൂല് കെട്ടിയ ഒരു പട്ടം പോലെ ചലിക്കാ നായിരിക്കും എന്റെ വിധി. കുറെ കഴിഞ്ഞ് എനിക്ക് തീരെ അപരിചിത മായ ഏതോ ഒരു വീട്ടിലേക്ക് എന്നെ പറഞ്ഞു വിടും. അവിടെ എന്റെ ഉമ്മയോ, ഉപ്പയോ, പ്രിയപ്പെട്ട പുസ്തകങ്ങളോ, പട്ടുപാവാടയോ ഉണ്ടാ വില്ല. സഹോദരങ്ങളുണ്ടാവില്ല. പകരം, അമ്മായിയും അമ്മോശനും ഇളയച്ഛൻമാരും മൂത്തച്ഛൻമാരും നാത്തൂൻമാരും... പിന്നെ, ഭർത്താവ് എന്ന് വിളിക്കുന്ന ഒരു മനുഷ്യനും...! അയാളെ ഞാൻ എന്താണാവോ വിളിക്കുക? ആവോ....!

അയാളുടെ വീട്ടിൽ നിന്ന് ഒരേനിറത്തിൽ വസ്ത്രം ധരിച്ച ഒരു പെൺപട വന്ന് ഞാൻ ജീവനെപ്പോലെ സ്നേഹിച്ച എന്റെ പട്ടുപാവാട അഴിച്ചു മാറ്റും. എന്റെ ദേഹത്ത് ഒരു നൂലുപോലും ശേഷിക്കാതെ അവർ.... പിന്നെ അവർ കൊണ്ടു വന്ന പുതുവസ്ത്രത്തിൽ എന്നെ ഭംഗി യായി പൊതിഞ്ഞെടുക്കും...അന്ധയായ ഒരുവളെപ്പോലെ, കൈ പിടിച്ച് അയാളുടെ അരികിലേക്ക്. നിർജീവമായ ഫോട്ടോകൾ ക്യാമറകൾ പകർത്തും. പിന്നെ അലങ്കരിച്ച കാറിലേക്ക്...

എന്റെ ഉമ്മയും ഉപ്പയും പ്രിയപ്പെട്ടവരും ആനന്ദം കൊണ്ട് കണ്ണ് നിറ യ്ക്കും.

-ഇമ്മാന്റുട്ടി നെലോൾച്ചാതെ പൊയ്ക്കോ.

എന്നെന്നേക്കുമായി എന്നെ.... എനിക്കെങ്ങനെയത് താങ്ങാൻ കഴിയും?

ഞാൻ പൊട്ടിക്കരയും.

അത് കണ്ട് ലോകം മുഴുവൻ ചിരിക്കും:

-ഇക്കാലത്തും ങ്ങനെ കരയ്ണ കുട്ട്യോളോ...!

എന്നെയും കൊണ്ട് കാറ്, ഒരു വിജയ ഭാവത്തോടെ ഏതോ ഇരുണ്ട വഴികളിലൂടെ പറന്നു പോകും.

അയാളുടെ വീട്ടിൽ എന്നെ മുറിവേല്പിക്കാനായി കുറേ ഇബ്‌ലീസു കളുടെ കൂർത്ത കണ്ണുകൾ കാത്തിരിക്കും. ഭർത്താവെന്നു പറയുന്നയാൾ, രാത്രിയെ ധ്യാനിച്ചുകൊണ്ട് ഒരു നനഞ്ഞ കോഴിയെപ്പോലെ അതിലെ യൊക്കെ ചുറ്റിപ്പറ്റി നടക്കുന്നുണ്ടാവും.

അതോർക്കുമ്പോഴാണ് മർയമിന് കൂടുതൽ ഭയം.

അയാൾ എന്തൊക്കെയാണാവോ തന്നോട്.

മർയമിനെ നീ പുരുഷ സ്പർശമേൽക്കാതെ തന്നെ മനുഷ്യകുല ത്തിന്റെ പുണ്യ ഈസായെ ഗർഭം ധരിപ്പിച്ചു. ഈയുള്ളവളെയോ?

അയാളുടെ പൊള്ളുന്ന വിരലുകൾ ദേഹത്ത് ഒരു തേരട്ടയെപ്പോലെ.... മുഖത്തൂടെ... താഴേക്ക്....അയാൾ കാണില്ലേ, ആദ്യമായിട്ട്.....? എനിക്ക് ഇന്നേ വരെ പരിചയമില്ലാത്ത, ശരിക്ക് കണ്ടിട്ടുപോലുമില്ലാത്ത അയാ ളുടെ ആർത്തിപിടിച്ച കണ്ണുകൾ.... ചിലർക്ക് ആദ്യ ദിവസം തന്നെ...

മർയം തീപ്പൊള്ളലേറ്റപോലെ ഒന്നു പിടഞ്ഞു.

-ഞ്ചെ റബ്ബേ...

പുറത്ത് മഴ കരഞ്ഞ് പെയ്യുന്നത് അവൾ കണ്ടില്ല. മഴനൂൽ പരപ്പിന പ്പുറത്ത്, കടിഞ്ചീരിയൻ മലയുടെ മുകളിൽ അവളുടെ മിഴികൾ ഉഴറി നടന്നു. അവളുടെ ചിന്തകളിലേക്ക്, അവൾക്ക് തീർത്തും അജ്ഞാത മായ ഒരു ലോകത്തു നിന്നും മൂർത്തമായ രൂപങ്ങൾ കരിന്തേളുകളായി ഇഴഞ്ഞു കയറി.....

കാഴ്ചക്കാരൊക്കെ പോയതിനു ശേഷം അമ്മായി ഒരു പുതു വസ്ത്രം എടുത്തു തരും. മാക്സി തന്നെയാവും അത്! പിന്നെ അതായി രിക്കും തന്റെ വേഷം.

തന്റെ പട്ടുപാവാടയിൽ വേദനയോടെ വിരലോടിക്കുമ്പോൾ, ദൂരെ ഒരു വീട്ടിലെ അടുക്കളയിൽ നിന്നും മർയം കേട്ടു; രാവിലെ തന്നെയും കാത്തു കെട്ടു കിടക്കുന്ന അടുപ്പിന്റെ ഓർമപ്പെടുത്തൽ:

-കുഞ്ഞോളേ, ഇനി ഞാൻ കെടാതെ നോക്കണ്ടേത്യ് ജ്ജാണ് ട്ടോ....

എണ്ണിയാലൊടുങ്ങാത്ത പാത്രങ്ങളുടെ കുശുകുശു:

-ഇമ്മ്യോ..., പൊട്ടിച്ചാതെ നോക്കണേ....

മുറത്തിനരികിൽ ചാരി വെച്ച ചൂല് എന്തോ അർത്ഥം വെച്ച് ചിരി ക്കുന്നു:

-മാള്വോ...എന്തെനി ഇന്നലെ ങ്ങളെ മുറീന്നൊര്...!

-ശ്ശോ, ഈ ചൂലിന്റോര് കാര്യം, കുട്ട്യല്ലേ അത്...!

മുറം ചൂലിനെ ശാസിച്ചുകൊണ്ട് വാത്സല്യപൂർവ്വം അവളെ നോക്കി. വിയർപ്പ് കുന്നു കൂട്ടിയിട്ട പ്ലാസ്റ്റിക് ബക്കറ്റിൽ നിന്ന് ഖദർ വസ്ത്രം മൊഴിഞ്ഞു:

-കുഞ്ഞിമ്മ്യോ, ഇച്ച്ന്ന് പാർട്ടി മീറ്റിംഗ്ണ്ട്, ഞ്ചുട്ടി ബേഗം തിര്മ്പി ഇസ്തിരിട്ട് ബെക്കണംട്ടോ...

എത്ര മധുരമായ വിളിപ്പേരുകൾ...!

മർയം വിചാരിക്കുകയും ചെയ്തു: ഇതിൽ ഏത് പേരിന്റെ മധുരം എത്ര നാളാണാവോ നിലനിൽക്കുക...? അവൾ സങ്കല്പിച്ചു. കുറച്ചു കാലം കഴിയുമ്പോൾ തന്റെ മാക്സിയുടെ വലത്തെ ഒക്കത്ത് ഒരു

കുഞ്ഞുണ്ടാവും. എന്തായാലും ഈസ എന്നായിരിക്കില്ല അതിന്റെ പേര്... ഒരു വർഷം കൂടി കഴിയുമ്പോൾ ഇടത്തെ ഒക്കത്തും...

ഒരു ദീർഘ നിശ്വാസത്തോടെ മലമുകളിൽ നിന്നും കണ്ണുകൾ പിൻവലിക്കവേ, മർയമിന്റെ ചുണ്ടു വിതുമ്പി. കണ്ണുകൾ തുളുമ്പി:

-ഞ്ചെ റബ്ബേ..., ഞ്ചെർത്ത്ക്ക് ജ്ജ് അസ്റായീലിനീം[4] കൂടി അയച്ചില്ലല്ലോ....

മലമുകളിൽ മഴ പെയ്തു കൊണ്ടിരുന്നു...

മർയം ജാലകത്തിനരികിൽ നിന്നും തിരിഞ്ഞ് വാതിലിന്റെ സാക്ഷയിട്ടു. മുറിയിലെ അഴയിൽ നിന്നും ഉമ്മയുടെ ഒരു പഴയ മാക്സിയെടുത്ത് അവൾ പാവാടയുടെ മുകളിൽ ഇട്ടു നോക്കി. അവൾ അലമാരയുടെ ആൾക്കണ്ണാടിയിലേക്ക്.

മർയം ഞെട്ടിത്തെറിച്ചു പോയി.

കണ്ണാടിയിൽ തന്നെ കാണാനില്ല.

അവൾ പലവട്ടം മിഴി ചിമ്മിത്തുറന്നു...

ഇല്ല...ഇല്ല... പുകമഞ്ഞു പോലെ ഒരു മൂടൽ മാത്രം....

മർയമിന്റെ മിഴികളിൽ ഭയവിഭ്രമങ്ങളുടെ ഇരുട്ട്. ഇരുട്ട് അവളുടെ ചിന്തയിലൊന്നാകെ തിളച്ചുരുകിയ ലാവയായി വെന്തു. അവളുടെ അബോധമനസ്സിൽ രൗദ്രഭാവം പൂണ്ട് ഒരു കോമരം വാളേന്തി യുറഞ്ഞു.

മർയം മാക്സി ഊരിയെറിഞ്ഞു.

പിന്നെ, പട്ടുപാവാടയും...

ഒടുവിൽ പിറന്ന പടി മർയം കണ്ണാടിക്കു മുമ്പിൽ നിന്നു.

-മറിയമ്മോ..., മളേ, മറിയമ്മോ..., വാതില് തൊറക്കീമ്മാന്റുട്ടി....

ഒന്നും അവൾ കേട്ടില്ല.

അവളുടെ തലച്ചോറിൽ നിറയെ ജഢമായ കിനാക്കളുടെ പ്രളയം...

നഖശിഖാന്തം സ്വയം മർദ്ദിക്കുമ്പോൾ, വിഭ്രാന്തിയുടെ ഇരുട്ടിൽ അവൾ കണ്ടു;

വാഴക്കുടപ്പനിൽ നിന്ന് തേനല്ലിയുടെ കൗതുകം വിടർത്തുന്ന മിഴികളിൽ, കറുത്ത തലകളുള്ള പുഴുക്കളുടെ പുളപ്പ്. കലങ്ങിയ വെള്ളച്ചാലിൽ, പരൽമീൻ കണ്ണ് കാത്തു കിടക്കുന്ന വെള്ളിക്കെട്ടൻ. വയൽ മൂടിക്കിടക്കുന്ന ചെമ്മണ്ണിനു മുകളിലൂടെ ഭൂഗർഭമഴുകിയ ഗന്ധവുമായി തീക്കാറ്റ്...

മർയത്തിന് രോമകൂപങ്ങളിൽ മുഴുവൻ കാരമുൾ കോർത്തു വലിക്കുന്ന കടച്ചിൽ...

---

* അസ്റായീൽ - ജീവനെടുക്കാൻ വരുന്ന ദൈവദൂതൻ

തുടയിലൂടെ നനവ് അരിച്ചിറങ്ങുന്നത് പൊടുന്നനെ അവൾ അറിഞ്ഞു. തൊട്ടു നോക്കിയപ്പോൾ ചോരപ്പൂക്കൾ....

ഓർമയുടെ കിനാവള്ളിയറ്റു വീഴുന്ന മർയത്തിന്റെ അബോധത്തിൽ, മങ്ങിത്തെളിയുന്ന പ്രിയപ്പെട്ട അവളുടെ സ്കൂളിനു മുകളിലേക്ക്, നിറയെ ചോരപ്പൂക്കളുള്ള ആ വാകമരം കടപുഴകി വീണു....

ഉറക്കത്തിൽ പിച്ചും പേയും പറയുംപോലെ അവളുടെ ചുണ്ടുകൾ അപ്പോഴും ഒരു തേങ്ങലായ് മന്ത്രിച്ചുകൊണ്ടിരുന്നു:

–ച്ച് പടിച്ചണം, ച്ച് പടിച്ചാ മതിമ്മാ..... ∎

കരിങ്കൽപ്പൂവ്

ഒരു നിസ്സാരകാര്യത്തിനു വേണ്ടിയാണല്ലോ അന്നും അവൾ തുടങ്ങിയത്. അംഗീകരിച്ചുകൊടുക്കാനേ കഴിയാത്ത ഈ ന്യായീകരണത്തിന്റെ മുള്ളുകൾ കോർത്ത് ഹൃദയമീവിധം അസ്വാസ്ഥ്യപ്പെടുമ്പോൾ, ഒരൊറ്റ ക്കുതിപ്പിന് അവളെയങ്ങ് വലിച്ചടുപ്പിച്ച് വരിഞ്ഞുമുറുക്കി ചുംബിച്ച് ശ്വാസംമുട്ടിച്ച് കൊന്നാലോ എന്നൊക്കെ എനിക്കങ്ങ് തോന്നിപ്പോകും...!

"എന്റെ പൊന്നു നാസിയാ, നീയിങ്ങനെ വാശി പിടിച്ചാലോ?"

"ഇത് ഞാനൊരിക്കലും സമ്മതിച്ചു തരില്ലിക്കാ" എന്നവൾ. നെഞ്ചോടു ചേർക്കാനായി തൊടുമ്പോൾ കുതറിത്തെറിക്കുന്ന കൈകൾക്ക് കാരിരുമ്പിന്റെ കരുത്ത്!

"വല്ലാത്തൊര് കരിങ്കല്ലെന്നേണ് ട്ടോ നീയ്."

"ആ അതെന്നേണ്..."

ചുമരരികിലേക്ക് തിരിഞ്ഞ് മുഖം കനത്ത്, കാറ്റിലിളകുന്ന ഒരു പൂ പോലെ അവൾ വിറയ്ക്കാൻ തുടങ്ങും. ചിരിക്കാനും കരയാനും മറന്ന് സ്വന്തം കയ്യിൽ തലവെച്ച് മലർന്ന് ഞാൻ മിഴികൾ തുറന്നുവെക്കും. ആയുസ്സിൽ നിന്നും ഞങ്ങളുടെ നല്ല രാവുകൾ ഇങ്ങനെ അടർന്നു പോകുന്നതിൽ ഉള്ളുമുറിഞ്ഞ്, കണ്ണുകൾ തിമിരവലയങ്ങളിൽ ഉറക്കം തിരഞ്ഞുഴറി നടക്കും. തുള്ളികളായി ഇറ്റി വീഴുന്ന കറുത്ത സമയനഷ്ട ങ്ങളിൽ കണ്ണുകളെപ്പോഴോ ചായുന്നതായിരിക്കാം.

ഹിമാലയത്തോളം പോന്നൊരു കരിങ്കല്ല് ഉരുണ്ടുമറിഞ്ഞെന്റെ നെഞ്ചിലേക്ക് കുതിച്ചുതാഴുന്നത് കണ്ട് ഞാൻ നിലവിളിച്ചപ്പോൾ ഞെട്ടി യുണർന്നതാണ് അവൾ.

"എന്തു പറ്റിക്കാ...?"

ഒരുമാത്ര ഇണക്കമായ് പുണർന്ന സ്പർശന സുഖത്തിൽ സമയ ബോധത്തിലേക്കുണർന്ന്, ഒരാശ്വാസത്തിന്റെ നെടുനിശ്വാസമായി ഞാൻ അവളുടെ കവിളിൽ മുഖംചേർത്ത് കരയാൻ കൊതിക്കുമ്പോഴേക്കും 'ഹും' എന്നൊരു തിരിച്ചറിവോടെ ചുമരരികിലേക്കുതന്നെ തെറിച്ചുപോയി അവളൊരു കരിങ്കല്ലായിത്തീരും.

■

മതിലുകൾ

വീടിനു ചുറ്റുമുള്ള മൺമതിലിലെ പച്ചപ്പിന്റെ കുളിർമയിൽ തഴച്ചു വളർന്നു വിരിഞ്ഞു നിന്നിരുന്ന നന്ത്യാർ വട്ടവും ചെമ്പരത്തിയും മുരിങ്ങ മരവും കരിനെച്ചിയുമെല്ലാം തലതല്ലി വീഴുന്നത് വേദനയോടെ നോക്കി നിൽക്കാനേ അയാൾക്ക് കഴിഞ്ഞുള്ളൂ.

മുരിങ്ങമരത്തിന്റെ മുരട്ടിൽ ആദ്യത്തെ വെട്ടു വീണപ്പോൾ നെഞ്ചി ലൊരു പിടുത്തമുണ്ടായി- ഹൃദ്രോഗിയാണ്... തടഞ്ഞിട്ട് കാര്യമൊന്നു മില്ല. എങ്കിലും പറയാതിരിക്കാൻ കഴിഞ്ഞില്ല:

"കുഞ്ഞിപ്പാ, മുരിങ്ങാമരോം മുറിക്കാണോ? നിങ്ങടുമ്മച്ചി നട്ടു നനച്ച്ണ്ടാക്കിയതാണ്."

മുണ്ടനെക്കൊണ്ട് എല്ലാം ചെയ്യിക്കുന്നത് മകനാണ്. അവന് കൂടുത ലൊന്നും ആലോചിക്കാനുണ്ടായിരുന്നില്ല:

"അതിലേണുപ്പച്ചീ മതില് വെര്ാ. നമുക്കത് മാറ്റിക്കുഴിച്ചിടാലോ."

മൗനിയായി നിൽക്കാനേ കഴിഞ്ഞുള്ളൂ.

അവന്റെ ഉമ്മച്ചിയുടെ ജീവനുണ്ട് ആ മുരിങ്ങാമരത്തിൽ. വെട്ടേറ്റാൽ അതിന് നോവുമെന്ന് അവന് മനസ്സിലാവില്ല.

"മുണ്ടേട്ടാ ഉച്ചയ്ക്ക് മുമ്പ് നമുക്കിതെല്ലാം വെട്ടി നെരത്തണം. വീടിന് മുമ്പിലിങ്ങനെ കാട് പിടിച്ച് കെടന്നാപ്പറ്റൂലാ."

മകൻ താൻകൂടി കേൾക്കാൻ കണ്ട് മുണ്ടനോടായി പറഞ്ഞുകൊ ണ്ടിരുന്നു:

"എത്ര കാലായീന്നറ്യോ മുണ്ടേട്ടാ, ഒര് മതില് വെക്കണം മതില് വെക്കണംന്നുള്ള പൂതി മനസ്സില്ങ്ങനെ."

"അത് സെര്യാ കുട്ട്യേ. പെരക്കൊരന്തസ്സ്ണ്ടാകണെങ്കില് ഒര് മതില് മാണം."

"ആ പറഞ്ഞീന് മുണ്ടേട്ടാ ങ്ങക്ക് എന്റെ വകൊര് ചായണ്ട്!"

തന്റെ നെഞ്ചിലേക്ക് ആണിയിറക്കാൻ എത്ര ലാഘവത്തോടെയാണ് അവന് കഴിയുന്നത്!

മതിലിനെ എതിർത്തത് അവന്റെ ഉപ്പച്ചി മാത്രമാണല്ലോ. അതു കൊണ്ടുള്ള സ്നേഹക്കൂടുതലാണ്. മക്കളൊക്കെ ഒരുപാട് വളർന്നിരിക്കുന്നു. ഞാൻ പഠിപ്പിച്ച മക്കളും. അയാളോർത്തു. വഴിയിൽ വെച്ചു കാണുമ്പോൾ- "മാഷേ, മാഷ്ക്ക് സുഖാണോ?" എന്ന് തെളിവുള്ള ഒരു പുഞ്ചിരി തരാൻ ഇന്ന് ആരുണ്ട്? സൗകര്യപൂർവ്വം കണ്ടില്ലെന്നു നടിക്കാനും മതിലിനു മാറിക്കളയാനും ഇരട്ടപ്പേർമാത്രം ഓർത്തെടുത്ത് പരിഹസിക്കാനുമൊക്കെഅവർ വളർന്നിരിക്കുന്നു! ങ്ഹാ... എന്ത് പറയാനാണ്... അനുഭവിക്കാനുള്ളതെല്ലാം കഴിഞ്ഞല്ലേ ഇവിടെ നിന്നും പോകാൻ പറ്റൂ...

മുരിങ്ങയെക്കാളും കരിനെച്ചിയെക്കാളും നിത്യപുഷ്പിണികളായ ഈ ചെടികളെക്കാളുമെല്ലാം അന്തസ്സുള്ളതായിത്തീർന്നിരിക്കുന്നു അവന് വീടിനുചുറ്റും കെട്ടാനുദ്ദേശിക്കുന്ന കന്മതിൽ. ഗൾഫിൽ നിന്നും വന്നയുടനെ മറ്റൊന്നായിരുന്നു അവന്റെ ആഗ്രഹം:

"ഉപ്പച്ചീ, നമുക്കീ പഴഞ്ചൻ വീട് ഇടിച്ചു നെരത്തി ടെറസ്സിന്റെ നല്ലൊരു വീട് വെക്കാം." അവൻ പറഞ്ഞു: "ഇന്നത്തെക്കാലത്ത് ഇതൊന്നും പോരാ..."

ഭാര്യയും പെങ്ങന്മാരും കൊച്ചുമോളും അവന്റെ സൈഡ് നിന്നു.

"ഉപ്പൂപ്പാ, വളഞ്ഞ കോണിള്ള വാർപ്പിന്റെ വീട് എന്ത് രസായിക്കും!" കൊച്ചുമോൾ അവളുടെ സ്വപ്നം പറഞ്ഞു. അവരുടെയെല്ലാം സ്വപ്നം കാണുന്ന മിഴികളിൽ മകൻ പുതിയ വീട് വെക്കുന്ന കാര്യം പറഞ്ഞപ്പോൾ, ഒരൊറ്റ നിമിഷം കൊണ്ട്- തറവാടിനെ മറന്ന്- പുതിയ വീട്ടിൽ താമസമാക്കിയതുപോലുള്ള തിളക്കം! ഉപ്പച്ചിയുടെ സമ്മതം മാത്രം മതിയായിരുന്നു അവർക്ക്.

"നമുക്കിപ്പൊ വീട്ണ്ടായിട്ട്..." അയാൾ പറഞ്ഞു: "മക്കളേ, വെള്ളത്തിലെ തവളക്ക് ദാഹറീലാ. ഒര് കൂരപോലുമില്ലാത്ത എത്രയെത്രയാൾക്കാർണ്ട്. കടത്തിണ്ണീലും റോഡരികിലുമൊക്കെ അന്തിയുറങ്ങുന്നവരെ ഇക്കാലത്തും നമ്മൾ കാണുന്നില്ലേ. അവർക്ക് അതൊന്നും പോരാന്ന് ആശയില്ലാഞ്ഞല്ലല്ലോ..."

"ഇങ്ങനൊന്നും വിചാരിച്ചാല് ഒന്നും നടക്കൂലപ്പച്ചീ..."

"നടക്കണ്ട. നിങ്ങളുടെ ഉമ്മച്ചിക്ക് കിട്ടാത്ത സുഖം എന്റെ കാലശേഷം മതി നിങ്ങൾക്കും. ഇത്തറവാടിന്റെ നെഞ്ചിടിച്ച് നെരത്താൻ ഇപ്പൊ ആരും തുനിയണ്ട."

അറിയാതെ ദേഷ്യം വന്നുപോയി.

അവളുടെ അരികിലേക്കുള്ള മടക്കം, അവളുടെ മണം തങ്ങി നിൽക്കുന്ന ഈ വീട്ടിൽ നിന്നുതന്നെയാവണമെന്നാണ് മോഹം.

"അത്ര നിർബന്ധാണെങ്കില് കൊറച്ച് സ്ഥലം മേടിച്ചിട്ട് അതിലായിക്കൂടെ നിനക്ക്?"

"ഒക്കെപ്പാടെ ന്നെക്കൊണ്ടിപ്പോ കൂട്ട്യാ കൂടുലുപ്പച്ചീ... തൽക്കാലം നമുക്ക് വീടിതു മതി. പക്ഷേ ഈ വീടിനൊര് മതില് വെക്കണം. എന്റെ പല സ്ഥലങ്ങളിലുള്ള ഫ്രണ്ട്സും വരാനുള്ളതാണ്. മുൻവശമിങ്ങനെ കാടായിക്കെടന്നാല്... മാത്രല്ല," അവൻ വിശദീകരിച്ചു: "നല്ലൊര് മതിലും ഗെയ്റ്റൂംണ്ടെങ്കില് കണ്ണിക്കണ്ട പിച്ചക്കാരും പിരിവുകാരും വെള്ളം കുടിക്കാനെന്ന പേരിൽ സ്കൂൾ കുട്ട്യാളും ഒന്വങ്ങനെ കയറി നെരങ്ങൂംല്ല..."

"ഒന്ന് നീ മറന്നു." മകൻ പറയുന്നത് നിസ്സംഗതയോടെ കേൾക്കുകയായിരുന്ന അയാൾക്ക് ഓർമിപ്പിക്കാതിരിക്കാൻ കഴിഞ്ഞില്ല:

"ഉച്ചയ്ക്ക് എന്നും മുടങ്ങാതെ നമ്മുടെ പൈപ്പിന്റെ ചോട്ടിൽ വന്ന് വെള്ളം കുടിച്ചു പോവാറുള്ള കുഞ്ഞാണ്ടിന്റെ പൈക്കുട്ടിയെ..."

തൊട്ടപ്പുറത്തെ പറമ്പിൽ നിന്നും ഉച്ചനേരത്ത് പൈക്കുട്ടി വരുമെന്ന് അറിയാവുന്നതുകൊണ്ട് പൈപ്പിന്റെ ചുവട്ടിൽ വെള്ളം പിടിച്ചുവെയ്ക്കാൻ വലിയ സന്തോഷമായിരുന്നു അവൾക്ക്. നാലുപുറവും നോക്കാതെ നേരെ വന്ന് ബക്കറ്റിൽ നിന്ന് ദാഹം തീർത്ത് ഒരു ചെടിത്തുമ്പുപോലും നുള്ളാതെ മടങ്ങിപ്പോകുന്ന കാഴ്ച മനം നിറഞ്ഞ് അവൾ നോക്കി നിൽക്കുമായിരുന്നു.

മകൻ അതേപ്പറ്റിയൊന്നും പറയുകയുണ്ടായില്ല. അല്ലെങ്കിൽ തന്നെ അതിനെപ്പറ്റിയൊക്കെ ചിന്തിക്കാൻ അവനെവിടെ നേരം! വാങ്ങാനുദ്ദേശിക്കുന്ന കാറും പണിയാനാഗ്രഹിക്കുന്ന വീടും ഭാര്യയും കൊച്ചുമകളുമൊത്ത് മരുഭൂമിയിലേക്കുള്ള യാത്രയുമൊക്കെയാണ് ഇന്നവന്റെ കിനാവിലെ വേവലാതികൾ.

പകലന്തിയോളം സ്കൂളിലെ കുട്ടികളോട് തൊണ്ട വറ്റിച്ച് ക്ഷീണിച്ച് വീടണയുന്ന തനിക്ക് പതിവായി നല്ല ഒരു ചുടുചായയിട്ടു തരാനും കരുതലോടെ കാത്തു നിൽക്കാനും മുമ്പ് അവളുണ്ടായിരുന്നു. ഇന്നും കാര്യങ്ങളൊക്കെ നടന്നു പോകുന്നു, പക്ഷേ...

മതില് കെട്ടുന്നതിന് പിന്നെ തടസ്സമൊന്നും പറയാൻ പോയില്ല. ചെടികളും പൂക്കളും വർഷകാലത്ത് വേലിപ്പറ്റിലെ പുൽപ്പടർപ്പിൽ ഞാന്നു കിടക്കാറുള്ള പുൽത്തേനും പൂമ്പാറ്റകളുമൊക്കെ നഷ്ടമാവുന്നതിൽ വേദന തോന്നാഞ്ഞിട്ടൊന്നുമല്ല, കുട്ടികളുടെ ഉമ്മച്ചിയുടെയും ഒരാശയായിരുന്നല്ലോ അത് എന്നോർത്തപ്പോൾ...

ഒരുമിച്ച് യാത്രപോവുമ്പോഴൊക്കെ ഓടി മറയുന്ന പല വീടുകളും നോക്കി അവൾ ഒരു കൊച്ചു കുട്ടിയായി മാറുമായിരന്നു.

"നോക്കാണീം, ആ വീട്ന്റൊര് ചൊറ്ക്ക്...!"

"അദോക്കീം, ആ മതിലും ഗെയ്റ്റും കണ്ടോ...!"

അവളുദ്ദേശിച്ച മതിൽ മനസ്സിനു പുറത്തുള്ളതും നിഷ്കളങ്കതയുടെ സൗന്ദര്യമുള്ളതുമായിരുന്നു.

"ഞമ്മളെ കുഞ്ഞിപ്പ വെരട്ടെ. ന്ന്ട്ട് ഞമ്മക്കും..."

അവളുടെ ആ ഇഷ്ടത്തിനോട്, 'ആ ഇൻഷാ അള്ളാ' എന്ന് ചേർന്നു നിൽക്കുമ്പോഴൊന്നും ഒട്ടും തന്നെ വിചാരിച്ചിരുന്നില്ലല്ലോ ആഗ്രഹങ്ങൾ ബാക്കി വെച്ച്, മകന്റെ മുഖം അവസാനമായി ഒരു നോക്ക് കാണാൻ പോലും കാത്തുനിൽക്കാതെ മതിലുകളില്ലാത്ത ഒരു ലോകത്തേക്ക് അവൾ പൊയ്ക്കളയുമെന്ന്...

പടിവാതിൽക്കൽ വരുന്ന യാചകരെയും പിരിവുകാരെയും നാടോടികളെയുമൊന്നും വെറും കയ്യോടെ പറഞ്ഞയയ്ക്കാൻ കഴിയില്ലായിരുന്നു അവൾക്ക്:

"ഒര് നല്ല കാര്യത്തിനല്ലെ മക്കളേ...? ഞാന്ള്ളോട്ത്തോളം കാലം ആരും അയ്ന് എതിർക്കാൻ നിക്കണ്ട...." സ്നേഹത്തോടെയുള്ള ശാസനയിൽ വീടിന്റെ അനിഷ്ടങ്ങൾ അലിയിക്കാൻ അവൾക്ക് കഴിഞ്ഞിരുന്നു. അവളുടെ മനസ്സുപോലെ എന്നും പച്ചച്ച് നിന്നിരുന്ന ആ മുരിങ്ങ മരം മുറിക്കാൻ പാടില്ലായിരുന്നു. വെളിച്ചെണ്ണയിൽ വരട്ടിയെടുത്ത മുരിങ്ങയുടെ മണം മതിയായിരുന്നു അവൾക്ക്... പക്ഷേ, എന്ത് ചെയ്യാം അതിന്റെ മുകളിലൂടെയല്ലേ മതില് പണിയേണ്ടത്...

വാടിയ പൂക്കളും മൊട്ടുകളും വെട്ടിയിട്ട ചെടികളും മുരിങ്ങയും ഒക്കെക്കൂടി വാരിക്കൂട്ടി മുണ്ടൻ തെങ്ങിൻ കുഴിയിലേക്കിടുമ്പോൾ മനസ്സ് വല്ലാതെ വിങ്ങുകയായിരുന്നു. അവളുടെ ഖബറിലേക്ക് മൂന്നു പിടി മണ്ണുവാരിയിട്ടതാണ് ഓർമ വന്നത്.

'മതിൽ' എന്ന മകന്റെ സ്വപ്നം ദ്രുതഗതിയിൽ പൂർത്തിയായി. ഗെയ്റ്റും വെച്ചു. ഗെയ്റ്റിൽ 'വലിയപുരയ്ക്കൽ' എന്ന് വീട്ടുപേരും പതിച്ചു. വീട്ടുകാരുടെ സന്തോഷത്തിനു മുമ്പിൽ ശ്മശാനത്തിലെ മതിൽക്കെട്ടു പോലെ മതിൽ ഉയർന്നു നിന്നു...

ചെടികളും പൂക്കളുമില്ലാത്ത, കുമ്മായത്തിന്റെയും പെയ്ന്റിന്റെയും ഗന്ധമുള്ള മതിലരികിലേക്ക് കിളികളും പൂമ്പാറ്റകളും വരാതെയായി.

തൊട്ടടുത്ത യു.പി സ്കൂളിൽ നിന്നും ഉച്ചയ്ക്ക് പാത്രം കഴുകാനും, വെള്ളം കുടിക്കാനുമൊക്കെ വരാറുണ്ടായിരുന്ന കുട്ടികളുടെ എണ്ണം മതിലുയർന്നതോടുകൂടി കുറഞ്ഞു. വലിയപുരയ്ക്കൽ എന്നെഴുതിയ ഗെയ്റ്റ് കണ്ടിട്ടോയെന്തോ പിന്നീട് അവരും വരാതായി.

ഒരുച്ച നേരത്ത് പതിവു പോലെ ദാഹം തീർക്കാനെത്തിയ പൈക്കുട്ടി ഗെയ്റ്റിനടുത്ത് വന്ന് അന്തം വിട്ടതു പോലെ നിൽക്കുന്നതു കണ്ടു. അത് നാലുപാടും എന്തോ അന്വേഷിക്കുന്നുണ്ടായിരുന്നു. ഗെയ്റ്റു തുറന്നു കൊടുത്തെങ്കിലും പൈക്കുട്ടി എന്തോ ഒരു മനസ്സിലാകായ്കയിൽ തിരിച്ചു പോയി.

അയാളും തനിക്ക് മനസ്സിലാകാത്തൊരു വിസ്മയത്തിൽപ്പെട്ടു നിൽക്കുമ്പോഴായിരുന്നു ഹൃദയത്തിൽ കുളിർമ നിറയുന്ന ആ കാഴച കണ്ടത്;

മുരിങ്ങമരം നിരുന്ന സ്ഥാനത്ത്, മതിലിനടിയിലെ നനഞ്ഞ മണ്ണിൽ നിന്നും ഇനിയും വറ്റിയിട്ടില്ലാത്ത സ്നേഹത്തിന്റെ ഉറവപോലെ മുരിങ്ങയുടെ പച്ചത്തൂമ്പുകൾ തുരുതുരെ പൊട്ടിമുളച്ചിരിക്കുന്നു!

സ്നേഹത്തിന്റെ കരങ്ങൾ നീട്ടി അവൾ വിളിക്കുന്ന പോലെ...! ■

നീലക്കണ്ണുകൾ

അമ്മാവന്റെ മകളുടെ കല്യാണത്തിന് മറ്റാരെക്കാളും ഉത്സാഹം ഐശുവിനായിരുന്നു. നഗരത്തിലെ ഒരു പ്രശസ്ത ഓഡിറ്റോറിയത്തിൽ നടക്കുന്ന വിവാഹസൽക്കാരത്തിൽ, പുതുപെണ്ണിന്റെ കവിളത്തെ മറുകായി ഒപ്പം നിൽക്കാൻ പുലർച്ചമുതൽ ഒരുങ്ങാൻ തുടങ്ങിയതാണവൾ...

"മതിയെടീ ചമഞ്ഞത്..." കണ്ണാടിയുടെ മുമ്പിലേക്ക് ഉമ്മ വിളിച്ചുപറഞ്ഞു: "പുത്യാപ്ലക്ക് പെണ്ണിനെ മാറിപ്പോകും...."

"ഒന്ന് പോ ഉമ്മാ..." ഡ്രസ്സിന് ചേർന്ന നിറം മിഴികൾക്ക് ഷേഡ് ചെയ്യുന്നതിനിടയിൽ ഐശു പ്രതിവചിച്ചു: "എന്റെ ചക്കരയെ മാറണെങ്കിലേ, അവൻ കണ്ണ്പൊട്ടനാവണം!"

ഒരുങ്ങിയിറങ്ങിയ മകളെക്കണ്ട് ഉമ്മ അവളുടെ ഉപ്പയെ അർഥഗർഭമായ ഒരു നോട്ടം. അത് മനസ്സിലാക്കിയ അദ്ദേഹം അവരെ സമാശ്വസിപ്പിച്ചു: "നീ ബേജാറാകാതെ, ഓളെ ഡിഗ്രിയൊന്ന് കഴിഞ്ഞോട്ടെ..."

അവർ ഓഡിറ്റോറിയത്തിലെത്തുമ്പോൾ അതിഥികളെ സ്വീകരിച്ചുകൊണ്ട് ഒരു മാലാഖയായി പുതുപെണ്ണ്! ഐശു ഒരു നിമിഷം കണ്ണുമിഴിച്ചു. പിന്നെ അവളുടെ കാതിൽ ചെന്ന് മൊഴിഞ്ഞു: "ഒടുക്കത്തെ ഗ്ലാമറ് തന്നെയാടാ നിനക്ക്...!"

മുഖത്ത് വീണ മഞ്ഞവെളിച്ചമാണ് ഐശുവിനെ ഇന്നിലേക്കുണർത്തിയത്. ഉയർത്തിപ്പിടിച്ച അനേകം കരങ്ങളിൽ നിന്ന് വീഡിയോ ക്യാമറകളും, മൊബൈൽ കണ്ണുകളും അവരെ ഒപ്പിയെടുക്കുന്നു. ഐശു ഒന്നു വിളറി.

"എന്തു പറ്റിയെടാ?"

"ഒന്നുമില്ലെടാ. നീ വാ..." ഐശു അവളുടെ കൈയും പിടിച്ച് തന്ത്രപൂർവ്വം അവിടെ നിന്നും ഒഴിഞ്ഞുമാറി...

കിലുക്കാംപെട്ടികളെപ്പോലെ നടക്കുന്നതിനിടയിൽ എപ്പോഴോ ആണ് ഐശു തനിച്ചായതും, ചിന്താമഗ്നയായി ഉമ്മയുടെ അരികിൽ വന്ന് വൈമനസ്യത്തോടെ ആവശ്യപ്പെട്ടതും:

"ഉമ്മാ, എനിക്കൊന്ന് വീട്ടിൽ പോവണം..."

"എന്തായിശ്ശോ അനക്ക് പിരാന്താ....? ഇപ്പൊവ്ട്ന്ന് പോകാന്...."

"നമുക്ക് പെട്ടെന്ന് വരാം ഉമ്മാ... ഉപ്പ അറിയണ്ട." പേടിയോടെ അവൾ പറഞ്ഞു.

"എന്താണ് കാര്യംന്ന് പറയ്..." ഉമ്മ അരിശമമർത്തി.

"എന്താവടൊര് കുശുകുശു...?" അപ്പോഴേക്കും അങ്ങോട്ടു വന്ന അമ്മായി ഇടപെട്ടു.

"നോക്ക് താത്താ ജ്ജ്... ഈ ഐശൂന് ഇപ്പൊ പെരീപ്പോണംന്ന്...."

"പുത്യാപ്ല വെരാനായ ഈ നേരത്തോ....?!" അമ്മായി അവളുടെ താടി പിടിച്ചുയർത്തി. ആ മുഖം കെട്ടുപോയിരുന്നു.

"എന്തു പറ്റി ന്റെ കുട്ടിക്ക്...?" അമ്മായി അവളുടെ കാതിൽ ചോദിച്ചു. ഐശു മുഖം കുനിച്ച് വിരൽ കടിച്ചതല്ലാതെ ഒന്നും പറഞ്ഞില്ല.

"ഇന്നലെ ഒര് പോള കണ്ണടച്ചിട്ടില്ലോള്, ചക്കരനോട്ള്ള ചക്കരോണ്ട്... ന്ന്ട്ട്പ്പോ...." ഉമ്മ ദേഷ്യപ്പെട്ടു.

"അമ്മായീ..." ഐശു ദയനീയമായി വിളിച്ചു: "ഞാനും ഉമ്മയും വേഗം പോയി വരാം. ഇക്കാര്യം ഒരിക്കലും ന്റെ ചക്കര അറിയരുത്." അവളുടെ കണ്ണു നിറഞ്ഞു. ഒരുനിമിഷം ചിന്തിച്ച് അമ്മായി അവരെ സമാധാനിപ്പിച്ചു.

"സാരല്ല, നിങ്ങൾ ഡ്രൈവറെയും കൂട്ടി പെട്ടെന്ന് പോയി വരൂ. എന്തെങ്കിലും കാര്യംല്ലാതെ ഓളിങ്ങനെ പറയ്യോ...?"

"തേങ്ങാക്കൊലേണ്... ന്നാ ഓക്ക് തൊള്ള തൊറന്ന് ചെലച്ചൂടെ.... മന്സന്റെ സന്തോഷം കളയാന്..."

കാറിലിരിക്കുമ്പോൾ ഉമ്മയും മോളും പരസ്പരം നോക്കിയില്ല. വീട്ടിലെത്തിയ ഉടനെ ഐശു വീടിനകത്തെ ബാത്ത്റൂമിലേക്കാണ് പോയത്. അല്പം കഴിഞ്ഞ് പെരുമീനുദിച്ചപോലെ അവൾ പുറത്തു വരികയും ചെയ്തു.

"ഇപ്പൊ മാറിയോ അന്റെ കൃമികടി...?" ഉമ്മാക്ക് അവളോടുള്ള അരിശം മാറിയിട്ടില്ല. ഐശുവിന് ചിരിയാണ് വന്നത്. ഒരുനിമിഷം കൊണ്ട് അവൾ പഴയ ഐശുവായി മാറി:

"ഇപ്പൊ മാറി..." അവൾ ചിരിച്ചു.

"അപ്പൊ ഇതിനാണെങ്കി അവടീം ഇല്ലെനോ ഐശോ ഇതൊക്കെ...?"

പെട്ടെന്നാണ് ഐശുവിന്റെ ഭാവം മാറിയത്. ഒരാളലോടെ അവൾ ഉമ്മയുടെ കയ്യിൽ പിടിച്ചു. പിന്നെ ആ കണ്ണിൽ നോക്കി പതിയെ മുഖം കുനിച്ചു:

"എനിക്ക് പേടിയാണുമ്മാ...., എവിടെയൊക്കെയാണ് ക്യാമറകളുള്ള തെന്ന് നമുക്ക് കാണാനാവൂലാ..."

ആ മാതാവ് അവളെ നെഞ്ചിലേക്ക് ചായ്ച്ച്, മേൽപോട്ടു നോക്കി അറിയാതെ വിളിച്ചുപോയി:

"ന്റെ റബ്ബേ...."

■

നിലാവിന്റെ വീട്

ഉമ്മയില്ലാത്ത വീട് വെള്ളമില്ലാത്ത കടൽപോലെയാണെന്ന് തോന്നിത്തുടങ്ങിത്, വീട്ടിൽ നിന്നും ഉമ്മയെ കൊണ്ടുപോയപ്പോഴാണ്. ഉമ്മയെ കാറിലേക്കെടുക്കുന്നത് പൈക്കുട്ടി ഉറ്റുനോക്കി നിന്നിരുന്നു. അതിന്റെ ഭാഷ ഉമ്മാക്കേ അറിയൂ. കാറ് അകന്നുപോയപ്പോൾ മുതൽ അത് കരയാൻ തുടങ്ങി.

"ഞ്ചെ കണ്ണൊന്ന് തെറ്റ്യാ അപ്പൊ തട്ടിമറിച്ചു." പശുവിന് കാടി കൊടുക്കുമ്പോൾ ഉമ്മ പറയും: "ഞ്ചെ കാലം കയിഞ്ഞാ കയിഞ്ഞു മക്കളേ ങ്ങളെ പൊഹ്സാക്ക്..."

ഉമ്മയുടെ ശബ്ദമില്ലാത്ത വീട് ശ്മശാനം പോലെയാണ്.

"ഫോണിന്റെർത്തങ്ങട്ടിര്ന്നാല് നീച്ചൂല ഓന്.., ഇദിനൊക്കെ ബില്ലടക്കണ്ടേ മനേ..." പശുവിനോടും കിടാവിനോടും ശണ്ഠകൂടിയും, കോഴികളോടും പൂച്ചയോടും ഒച്ചയിട്ടും മക്കളെ സ്നേഹത്തോടെ ശാസിച്ചും ഓടി നടക്കുന്നതിനിടയിലാണ് ഉമ്മ ഒരുനാൾ കിടന്നുകളഞ്ഞത്. നട്ടെല്ലിനുള്ളിലൂടെ ഒരു മിന്നലാണത്രേ വന്നത്. പിന്നെ ആ കിടപ്പിൽ നിന്നും അനങ്ങാൻ കഴിഞ്ഞിട്ടില്ല.

തലയൊന്നനങ്ങുമ്പോഴേക്കും കണ്ണിൽ നിന്നും വെള്ളം ചാടും. കുഴമ്പും തൈലവും ഓയിന്റ്മെന്റുമെല്ലാം വേദനയോടു തോറ്റു. എല്ലാം ഉള്ളിലൊതുക്കുന്ന കടൽപോലെ ഉമ്മ കിടക്കാൻ തുടങ്ങിയപ്പോഴാണ്, ഉമ്മയെ നഗരത്തിലെ സ്വകാര്യ ആശുപത്രിയിലേക്ക് കൊണ്ടുപോയത്.

"ഞമ്മക്ക് റൂമൊന്നുട്ക്കണ്ട. വാർഡ് മതി." ഉമ്മ എല്ലാം മുൻകൂട്ടി കണ്ടിരുന്നു. നഗരത്തിലെ പ്രധാന ആശുപത്രിയാണ്. റൂമെടുത്തില്ലെങ്കിൽ തന്നെ സാധാരണക്കാർക്ക് ബില്ല് താങ്ങാൻ കഴിയില്ല.

അഡ്മിറ്റായ ഉടനെത്തന്നെ വേദനയ്ക്കുള്ള ഇഞ്ചക്ഷനും ഡ്രിപ്പും കൊടുത്ത് ഡോക്ടർ ഉമ്മയെ ശരിക്കുമൊരു രോഗിയാക്കിക്കിടത്തി, സ്റ്റെത്തുകൊണ്ട് തൊട്ടുതലോടിയാശ്വസിപ്പിച്ചു:

"നമുക്കൊരു എക്സ്റേയെടുത്തു നോക്കാം... അതിന് ശേഷം ചിലപ്പോ സ്കാൻ ചെയ്യേണ്ടി വരും."

ഡോക്ടറും മാലാഖക്കൂട്ടവും പോയപ്പോൾ ഉമ്മ പറഞ്ഞു: "ങ്ങളൊക്കെ പൊയ്ക്കോളീം. ഞെര്ത്ത് മാളുണ്ടല്ലോ.... അവടെ മിന്നു ഒറ്റയ്ക്കല്ലേ? പൈക്കയ്ക്ക് വെള്ളം കാട്ടാനും വൈക്കോല്ട്ടടക്കാനൊക്കെ ഞ്ഞെ കുട്ടി എടങ്ങേറായ്റ്റുണ്ടാവും... കോയിക്കൂട് അടച്ച്ക്ക്ണാവോ ഓള്...?" ഉമ്മയുടെ ആകുലതകൾക്ക് അവസാനമില്ല.

മടങ്ങുമ്പോൾ ഹൃദയത്തിൽ വെളിച്ചമില്ലാത്ത വീട് ശൂന്യമായിക്കിടന്നു. നെഞ്ചിൽ ഒരു കൊളുത്ത് പിടയുന്നു. ഉമ്മാക്ക് എന്താണാവോ പറ്റിയത്...? കുറേനാൾ മുമ്പ്, രാമന്റെ വീട്ടിൽ നിന്നും പശുവിനുള്ള കാടിയും കൊണ്ട് ഇറക്കമിറങ്ങുമ്പോൾ കാല് തെറ്റി ഒന്നു വീണിരുന്നുവെന്ന് ഇപ്പോൾ മാളു പറഞ്ഞപ്പോഴാണ് അറിയുന്നത്.

മിന്നു തനിച്ചാണ്. അവൾ എന്തൊക്കെയാണാവോ ചെയ്തിട്ടുണ്ടാവുക...? ഭക്ഷണം വേണ്ടപോലെ പാകം ചെയ്യാനൊന്നും അവൾക്കറിയില്ല. വീട്ടിൽ ഉമ്മയില്ലാതാവുന്നത് ഇതാദ്യമാണ്. വീട്ടിലേക്ക് നടക്കുമ്പോൾ, അന്തേവാസികളില്ലാത്ത അനാഥമന്ദിരമാണ് ഓർമ വന്നത്.

ദൂരെ നിന്നുതന്നെ കണ്ടു, വീട്ടിൽ കറണ്ടില്ല. പൈക്കുട്ടിയുടെ കരച്ചിൽ ഇരുട്ടിൽ നിന്നും ഉയർന്നുകേൾക്കുന്നു. വാതിലിൽ മുട്ടി വിളിച്ചപ്പോൾ, മിന്നു ഇരുട്ടിലൂടെ വന്നു വാതിൽ തുറന്ന് വിതുമ്പി:

"ഉമ്മയെ കൊണ്ടുപോയപ്പോ പോയതാ കരണ്ട്. കരണ്ടില്ലാതെ എനിക്ക് പേടിയായി. വിളക്കിൽ തിരിയിട്ടിട്ട് ശരിയാവിണ്ല്ല."

മുനിഞ്ഞു കത്തുന്ന വിളക്കുവെട്ടത്തിൽ വീടാകെ പുക മൂടിയിരുന്നു.

"എന്താണിവടെങ്ങനെ പൊക...?"

"അട്പ്പ് കത്തിച്ചിട്ട് ശെരിക്ക് കത്ത്ണ്ല്ല." അവൾക്ക് പറയാൻ പേടിയുണ്ട്.

"ഫ്യൂസ് പോയതാവും. രാമനോ, മാനുപ്പേ ആരേലും വന്നപ്പോ അതൊന്ന് നോക്കാൻ പറഞ്ഞൂടായ്നോ നെനക്ക്?"

"അവരാരും വന്നില്ല കാക്കോ..." എന്നും അല്പനേരം സൊറ പറഞ്ഞിരിക്കാൻ വരുന്നവരാണ്. ഉമ്മയെ കൊണ്ടുപോയത് അറിഞ്ഞുകാണും. ഉമ്മയില്ലാത്ത വീട്ടിലേക്ക് വരാൻ ആർക്കാണ് വൈമനസ്യമില്ലാത്തത്!

"നീ വല്ലതും വെച്ചിട്ട്ണ്ടോ?"

"ചോറ്ണ്ട്. ചാറ് താളിപ്പാണ്."

പശുവിനും കിടാവിനും വെള്ളവും വൈക്കോലും കൊടുത്തിട്ടും അവ കരഞ്ഞുകൊണ്ടിരുന്നു.

പുക ചുവയ്ക്കുന്ന ചോറിനും താളിപ്പിനും ഒട്ടും രുചിയില്ല. മിന്നുവിന്റെ മുഖത്ത് നോക്കിയപ്പോ ഒന്നും പറയാൻ തോന്നിയില്ല.

ചലനമില്ലാത്ത ടി.വി യിലേക്ക് നോക്കിയിരുന്നപ്പോൾ, അരികിൽ വന്നിരുന്ന് ഉമ്മ ശാസിച്ചു:

“എന്ത്നാടാ ഏദ് നേരോം ഇതിലേക്കിങ്ങനെ നോക്കി കണ്ണ് കേട് വെര്ത്ത്ണത്?” ഇങ്ങനെ വല്ലതും കേൾക്കാതെ കിടന്നാൽ സ്വസ്ഥമായി ഉറങ്ങില്ല. കനത്ത ഇരുട്ടിലേക്ക് കണ്ണുകൾ തുറന്ന്, മലർന്ന് കിടക്കുമ്പോൾ ഹൃദയത്തിൽ ഒരു വീട് മൗനം നനഞ്ഞ് വിങ്ങുന്നതറിഞ്ഞു. ഇത്രയും ഭയാനകമായ ഒറ്റപ്പെടൽ മുമ്പുണ്ടായിട്ടില്ല. മാളു അരികിലുണ്ടായിരുന്നെങ്കിൽ പകുതി ആശ്വാസമാകുമായിരുന്നു. പാവം, അവളിപ്പോൾ തനിച്ച്, ഉമ്മയുടെ കാൽചുവട്ടിൽ പായ നിവർത്തി, കണ്ണും തുറന്ന് കിടക്കുകയാവും. ഒറ്റമുറിയുള്ള ഓരോ വീടുകളിലെ ഇരുട്ടിൽ തനിച്ചായിപ്പോകുന്നവരാണ് ഓരോ മനുഷ്യരുമെന്നു തോന്നിപ്പോയി.

ഇരുട്ടിന്റെ ഗുഹകൾക്കപ്പുറത്തെങ്ങോ വെളിച്ചം തിരഞ്ഞുപോയ കണ്ണുകൾ പുലർമഞ്ഞ് പെയ്യുന്ന ഏതോ യാമത്തിൽ വീടറിയാതെ ഉറങ്ങിയതാവണം.

പിറ്റേന്ന് ഉമ്മയുടെ സ്കാനിംഗ് റിസൾട്ട് കിട്ടി. ചെറിയൊരു നീർക്കെട്ടിന്റെ സൂചനയല്ലാതെ മറ്റൊന്നും കാണുന്നില്ലത്രേ!

“നമുക്കൊരു സി.ടി സ്കാനെടുത്ത് നോക്കാം.”

ഓരോ എക്സറേയുടേയും സ്കാനിങ്ങിന്റയുമൊക്കെ റിസൾട്ടറിയും മുമ്പ് തന്നെ ബില്ലടച്ചതിന്റെ റസീപ്റ്റ് കൗണ്ടറിൽ രേഖപ്പെടുത്തണമെന്ന് നിർബന്ധമുണ്ട്.

ഉപ്പ ബേജാറായിത്തുടങ്ങിയിരുന്നു...

ദിവസങ്ങൾ കഴിഞ്ഞപ്പോൾ ഉമ്മയെ കാണാൻ വെറും കൈയോടെയും കൈയിൽ കറുത്ത കീസുകളുമായും ബന്ധുക്കൾ വന്നുതുടങ്ങി.

“ഇപ്പൊ എങ്ങനെണ്ട്....?”

“അങ്ങനെത്തന്നെ...” രക്തബന്ധങ്ങളെല്ലാം അവനവനിലേക്കു ചുരുങ്ങിപ്പോകുന്ന കാലത്ത്, കുറെ നാളുകൾക്കു ശേഷം ഉമ്മയെ ഒന്നു കാണാൻ കഴിഞ്ഞ സന്തോഷം അവർക്കും ഈ നിലയിലെങ്കിലും തന്നെ കാണാൻ വന്നതിലുള്ള സന്തോഷം ഉമ്മാക്കും! അല്പനേരം ഉമ്മയുടെ അരികത്തിരുന്ന് തൃപ്തമായ മനസ്സോടെ സ്വന്തം തിരക്കിന്റെ വീടുകളിലേക്ക് അവർ ഇറങ്ങിപ്പോകുന്നു.

ഉമ്മയുടെ അരികിൽ വീണ്ടും മാളു തനിച്ച്...

ഇപ്പോൾ ഏകാന്തത മാത്രമല്ല, അജ്ഞാതമായ ഒരു ഭയം കൂടിയുണ്ട്.

ഉമ്മാക്ക് എന്താണാവോ പറ്റിയത്...? ഡോക്ടറെ കണ്ട് രഹസ്യമായി ചോദിച്ചപ്പോൾ, പേടിക്കാനൊന്നുമില്ല, ഏറിപ്പോയാൽ ടി.ബി എങ്ങാനുമായിരിക്കും, ക്യാൻസറായിരിക്കാൻ സാധ്യത കാണുന്നില്ല. എന്തായാലും സി.ടി സ്കാനെടുത്തതിന്റെ റിസൾട്ട് വരട്ടെ എന്നാണ് പറഞ്ഞത്.

എങ്കിലും ഉള്ളിലൊരു.....

പിന്നെയും ഇരുട്ട് മൂടിക്കെട്ടിയ രാപകലുകൾ...

സി.ടി യുടെ റിസൾട്ടിലും ഒന്നുമില്ല.

ഇനി വലിയ ചെലവു വരുന്ന ഫുൾബോഡി സ്കാനിംഗ് വേണമെന്നാണ് പറയുന്നത്.

"എന്താണുപ്പാ നമ്മള് ചെയ്യാ...?"

ചോറ് വെറുതെ കുഴച്ചുകൊണ്ടിരിക്കുന്ന ഉപ്പ നെടുവിർപ്പിട്ടു. "ഒര് പിടീം കിട്ട്ണ്ല്ല.. പൈക്കള്യ്യെങ്ങട്ട് വിറ്റാലോന്നാ പ്പൊ ഞാനാലോചിക്ക്ണത്...."

ഞെട്ടിപ്പോയി:

"അത് വേണോ പ്പാ...?"

"അല്ലാതെന്താ ചെയ്യാ...?"

മറുപടി പറയാനില്ല.

ആശുപത്രിയിൽ കിടക്കുന്നുവെന്നേയുള്ളൂ. ഉമ്മ വീട്ടിൽ പൈക്കളുടെ അടുത്ത് തന്നെയുണ്ട്. ഉമ്മയറിഞ്ഞാൽ എങ്ങനെ സഹിക്കും? മനസ്സാകെ കലങ്ങുന്നു. ഉമ്മയുടെ കട്ടിലിലിരുന്ന്, ദേഹത്ത് കൈ വെച്ചു കൊണ്ട് ചോദിച്ചു:

"ഇങ്ങക്ക് ഒര് മാറ്റോം തോന്ന്ണ്ല്ലേ മ്മാ...?"

ഉമ്മാന്റെ മുഖം വാടി:

"എല്ലാരും എടങ്ങേറായി.... മരിച്ചാനായീന്നാ തോന്ന്ണ് ല്ലേ ടാ...?" ഉമ്മ വിളറിയൊന്നു ചിരിച്ചു. അതുകൂടി കേട്ടപ്പോൾ ഉള്ളിൽ ഭീതിയുടെ ഒരു കൊള്ളുത്ത് വീണു.

"ഇങ്ങനൊന്നും പറയല്ലീം മ്മാ...ങ്ങള്.....പ്രൈവറ്റാശുപത്രിയല്ലേ. അവര് സ്കാനിംങ്ങെന്നും ടെസ്റ്റെന്നും ഒക്ക പറഞ്ഞ് പരമാവധി പിഴിഞ്ഞിട്ടേ ഇവിട്ന്ന് വിടൂ..., അല്ലാതെ ങ്ങള് കെർത്ണ പോലെ ഒന്നുംല്ലാ...."

എല്ലാം ഉള്ളിലൊതുക്കി ഉമ്മയൊന്നു പുഞ്ചിരിച്ചു. ഒരുപാടർത്ഥങ്ങളുള്ള ഒരു പുഞ്ചിരി...

വല്ലാതെ ഒറ്റപ്പെട്ടുപോകുന്നു. ഏറ്റവുമടുത്ത ഒരു സുഹൃത്തിന്റെ സാമീപ്യം എന്തിനോ കൊതിച്ചു. ബിജുവിന്റെ അടുത്തേക്ക് ബസ്സ് കയറുമ്പോൾ, വീട് ശൂന്യമായിക്കൊണ്ടിരിക്കുന്ന ഭയം ഉള്ളിൽ നിറഞ്ഞിരുന്നു...

അവന്റെ അരികത്തിരുന്ന് എല്ലാം പെയ്തൊഴിഞ്ഞ നിമിഷം മനസ്സ് വല്ലാതെ ശാന്തമായതറിഞ്ഞു:

"വീട്ടിലേക്ക് പോകാനേ തോന്നുന്നില്ലെടാ."

"സാരമില്ലെടാ. നീ വെറുതേ ഓരോന്ന് വിചാരിക്കയാണ്. ഉമ്മാക്കൊന്നും വരില്ല. നീ സമാധാനായിട്ട് ചെല്ല്...., മിന്നു അവിടെ ഒറ്റയ്ക്കല്ലേ...."

ഹൃദയത്തിന്റെ നേരുകൾ വാക്കുകളായി തഴുകിയപ്പോൾ വലിയ ആശ്വാസം തോന്നി. അവന്റെ സാമീപ്യം നഷ്ടമായപ്പോൾ, പെയ്തൊഴിഞ്ഞ മനസ്സിലേക്ക് വീണ്ടും കാർമേഘങ്ങൾ നിറയുവാൻ തുടങ്ങിയിരുന്നു...

ബസ്സിറങ്ങി, കനത്ത ഇരുട്ടിലൂടെ വീട്ടിലേക്ക് നടക്കുമ്പോൾ ഹൃദയത്തിൽ ഒരു വീട് അനാഥമാവാനും ഇരുട്ട് വീടിനെയൊന്നാകെ ഗ്രസിക്കാനും തുടങ്ങി...

പതിവു പോലെ പൈക്കുട്ടിയുടെ കരച്ചിൽ കേട്ടില്ല.

എന്നാൽ വീട്ടിൽ പാൽ വെളിച്ചമുണ്ട്!

വർദ്ധിച്ച ഹൃദയമിടിപ്പോടെ, ചാരിയ വാതിൽ തുറന്നപ്പോൾ, നിസ്കാരപ്പായയിൽ നീണ്ട് നിവർന്ന് നിൽക്കുന്നു അമാവാസിയിലെ നിലാവ് പോലെ....! ∎

ഒടിയൻ

ലേബർ റൂമിനുമുമ്പിലെ ഉത്ക്കണ്ഠാമുനമ്പിൽ മനുശങ്കർ ആധി കൊള്ളാൻ തുടങ്ങിയിട്ട് നേരമേറെയാകുന്നു. സാധാരണ ഒരു ഭർത്താ വിനുണ്ടാകാവുന്ന ഒരു വെറും ജിജ്ഞാസയോ, ഉത്ക്കണ്ഠയോ ആയി രുന്നില്ല അത്. രണ്ട് അമ്മമാരുടെയും വേണ്ടപ്പെട്ടവരുടെയും നടുവിലാ യിരുന്നിട്ടും മനുശങ്കറിന് ആശങ്കയുടെ നെഞ്ചിടിപ്പുകൾ ക്രമാതീതമായി വളർന്ന് വിചാരങ്ങൾ വിയർത്തൊഴുകി.

ഹൃദയത്തിലൊരു പുഴയൊഴുകുന്നു. ചോരപ്പുഴ! രക്തപ്രളയത്തിൽ ഒരു പൈതൽ കൈകാലിട്ടടിച്ചു പിടയുന്നു. ചോരക്കുഞ്ഞിന്റെ ശിരസ്സ് പിളർന്ന് ചിതറിയ പിഞ്ചു തലച്ചോർ കവർന്നെടുത്ത് ഇരുട്ടിന്റെ ആഴ ത്തിലൂടെ ആരോ ഓടി മറയുന്നു...

അത്യാധുനിക സൗകര്യങ്ങളുള്ള ആശുപത്രിയാണ്. പ്രഗത്ഭരായി ട്ടുള്ള ഡോക്ടർമാരും നേഴ്സുമാരും വേണ്ടുവോളം. അച്ഛനും അമ്മ യ്ക്കുമായിരുന്നു വലിയ നിർബന്ധം, ഉമയെ ഇങ്ങോട്ടുതന്നെ കൊണ്ടു വരണമെന്ന്. ഇവിടെയാവുമ്പോൾ അല്പമെങ്കിലും സമാധാനം കിട്ടുമെന്ന് മനുശങ്കറും ആശിച്ചു.

പറഞ്ഞിട്ടെന്തുകാര്യം. അവനവനെപ്പോലും വിശ്വസിക്കാൻ പറ്റാത്ത കാലമാണ്. വലിയ ആശുപത്രികളിലല്ലേ വലിയ മറിമായങ്ങളും നടക്കു ന്നത്? കുഞ്ഞുങ്ങൾ മാറിപ്പോകുന്നതും സിസേറിയനിലെ അശ്രദ്ധമൂലം അമ്മ മരിക്കുന്നതുമൊന്നും ഇന്ന് പുതുമയുള്ള വാർത്തയല്ലല്ലോ.

പക്ഷേ... ഉമ, അവൾ...

അപകടമൊന്നും വരുത്തരുതേയെന്ന് മനമുരുകാനല്ലേ തനിക്ക് ഇവിടെയിരുന്നുകൊണ്ട് കഴിയൂ...

ഉമയുടെ വീർത്ത ഉദരത്തിലേക്ക് വഴിപോക്കരാരെങ്കിലുമൊന്ന് നോ ക്കുന്നത് കണ്ണിൽ പെട്ടാൽ പോലും മനുശങ്കറിന്റെ നെഞ്ചിലൊരു ഇടിവാൾ പുളയും.

"ഉമേ, ഞാൻ പറഞ്ഞിട്ടില്ലേ, ഇങ്ങനെ പുറത്തിറങ്ങി നടക്കല്ലേന്ന്.... എന്റെയുള്ള് നീയെന്താ ഉമേ ഒന്ന് മനസ്സിലാക്കാത്തത്...?"

ഒരു ജന്മം മുഴുവൻ അനുഭവിച്ച മുറിവിന്റെ ആകുലതകളും വേദനയും ഒരു കടൽ പോലെ ആ മുഖത്ത് ഉമ കണ്ടു.

“മനുേട്ടനിങ്ങനെ കുട്ടികളെപ്പോലെ പേടിച്ചാലോ? പണ്ടെന്നോ നടന്ന ഒരു സംഭവത്തെയോർത്ത് ഇത്രയും അന്ധവിശ്വാസം നല്ലതല്ലാട്ടോ മനുേട്ടാ...”

“ഇക്കാര്യത്തിൽ ഞാനിപ്പഴും കുട്ടി തന്ന്യാ. അന്ധവിശ്വാസം കൊണ്ടോ, അല്ലാതെയോ ആവട്ടെ...,” മനു ഗൗരവത്തിലായി. “ഇളംപ്രായത്തിൽ മനസ്സിൽ പതിഞ്ഞ പല കാര്യങ്ങളും മനുഷ്യന് മറക്കാൻ കഴിഞ്ഞെന്ന് വരില്ല ഉമേ...”

ഇപ്പോൾ മനുശങ്കർ ട്രൗസറിട്ടു നടക്കുന്ന ഒരു കൊച്ചുകുട്ടിയായി മാറി. അമ്മയുടെ മാറിൽ പറ്റിച്ചേർന്ന് കിടന്ന് കഥ കേൾക്കുകയും, മടിയിലിരുന്ന് ടി.വി കാണുകയും ചേച്ചിയുമായി തല്ലുകൂടുകയുമൊക്കെ ചെയ്യുന്ന ഒരു പന്ത്രണ്ടു വയസ്സുകാരൻ...!

ഒരിക്കൽ തുടർ പരമ്പര കാണണമെന്ന് മൈഥിലിയും ഒടിയൻ കാണണമെന്ന് മനുവും തമ്മിൽ വഴക്കായപ്പോൾ ഇളയവനെന്ന പരിഗണനയിൽ അമ്മ മനുവിന്റെ സൈഡ് നിന്നത് മൈഥിലിക്ക് പിടിച്ചില്ല. മുഖം ‘ഭും’ എന്നാക്കിക്കൊണ്ട് അവൾ വേഗമങ്ങ് പിണങ്ങിപ്പോയതും, അൽപ നേരത്തെ ആയുസ്സേ അതിനുള്ളൂവെന്ന് അറിയാമായിരുന്നതു കൊണ്ട് അമ്മയും മനുവും പരസ്പരമൊരു പുഞ്ചിരി കോട്ടിയെറിഞ്ഞ് ടി.വി കാണാനിരുന്നു.

സ്ക്രീനിലേക്ക് ഒരു കരിമ്പൂച്ച പ്രവേശിക്കുന്നേ ഉണ്ടായിരുന്നുള്ളൂ. അപ്പോഴേക്കും കരണ്ട് ചതിച്ചുകളഞ്ഞു.

“ഈയൊരു പന്ന കരണ്ട്...”

മനു പല്ലുഞെരിച്ചുകൊണ്ട് പഴിക്കുമ്പോൾ ഇരുട്ടിൽ നിന്ന് മൈഥിലിയുടെ പൊട്ടിച്ചിരി. അല്ലെങ്കിലേ തലയ്ക്ക് ഭ്രാന്ത് പിടിച്ചിരിക്കുമ്പോഴാ അവളുടെയൊരു... മനുവിന് സഹിച്ചില്ല. അവൻ ഇരുട്ടിലൂടെ തപ്പി ഓടിച്ചെന്ന് മൈഥിലിയുടെ തുടുത്ത കൈത്തണ്ടയിലൊരു കടി! കലഹം.

“ചക്കരയും ഈച്ചയും പോലെ കളിച്ചോണ്ടിരുന്നപ്പഴേ ഞാനോർത്തതാ, ഇന്നെന്തേ വൈകുന്നതെന്ന്... തൊടങ്ങിക്കോ രണ്ടാളും...”

അമ്മ എമർജൻസി ലാംപ് തെളിച്ചപ്പോൾ മനുവിന്റെ കവിളിൽ മൈഥിലിയുടെ നിരയൊത്ത പല്ലുകളുടെ ഭംഗി ‘ഠ’ വട്ടത്തിൽ പതിഞ്ഞിരിക്കുന്നത് കണ്ടു. പൊട്ടിവന്ന ചിരി അവർ പാടുപെട്ടാണ് അമുക്കിയത്.

പുറത്തെ ഇരുട്ടിൽ നിന്ന് ഒരു പൂച്ചയുടെ കരച്ചിൽ കേട്ടെന്ന് തോന്നി, മൈഥിലിയും മനുവും കലഹിക്കാൻ മറന്ന് ചെവിയോർത്തു. വീണ്ടും പൂച്ചയുടെ കരച്ചിൽ...

"ഏതാമ്മേ ആ പൂച്ച...?" സ്ക്രീനിൽ നിന്ന് ആ കരിമ്പൂച്ച നേരെ പുറത്തിറങ്ങിയതായിരിക്കുമോ എന്ന കൗതുകമുള്ള ഒരു സന്ദേഹം മനുവിനുണ്ടായി. അവനതാരോടും പറഞ്ഞില്ല.

"ആ അങ്ങേതിലേയോ മറ്റോ ആയിരിക്കും..."

കഥ കേട്ടുറങ്ങുന്ന പതിവ് ചെറുപ്പത്തിലേ അച്ഛനാണ് മനുവിനെ ശീലിപ്പിച്ചത്. ജമ്മുവിൽ നിന്ന് അവധിയിൽ വരുന്ന അച്ഛൻ പറയുന്ന പട്ടാളക്യാമ്പിലെ ആകാംക്ഷയുണർത്തുന്ന അനുഭവ കഥകൾ കേട്ട് മനു ശ്വാസം പിടിച്ച് കിടക്കും. അച്ഛൻ വരാൻ ഇനിയും ആറുമാസം കാത്തിരിക്കണം. ഇപ്പോൾ അമ്മ തന്നെ ശരണം.

"അമ്മേ, എനിക്കിന്നാ ഒടിയന്റെ കഥയൊന്നു പറഞ്ഞു തര്വോ...?" കിടക്കുമ്പോൾ മനു അമ്മയോട് ആശിച്ചു.

"എനിക്കറിയാവുന്ന കഥകളെല്ലാം ഞാൻ നിനക്ക് പറഞ്ഞ് തന്നിട്ടില്ലേ മനൂ.., നീ അമ്മയെ പറ്റിപ്പിടിച്ച് ഉറങ്ങിക്കോ. എനിക്കുറക്കം വര്ണ്ണ്ട്...."

അവർക്ക് ക്ഷീണമുണ്ട്. മൈഥിലി കോളേജിലേക്കും മനു സ്കൂളിലേക്കും പോയാൽ പിന്നെ അവർ തനിച്ചാണ്. വീടിനകത്തും പുറത്തുമായി ഓടി നടന്ന് അവരുടെ പകൽ തളരുമ്പോഴേക്കും മൈഥിലിയും മനുവും വരാറാവും. പിന്നെ അവർക്ക് ഭക്ഷണമൊരുക്കാനുള്ള തിരക്കായി. ബസ്സിൽ തിക്കിത്തിരക്കി കുഴങ്ങിത്തളർന്ന് വീടെത്തുന്ന മക്കൾക്കുണ്ടോ അമ്മയെ സഹായിക്കാൻ നേരം!

"അമ്മേ..." മനു ചിണുങ്ങി: "അമ്മയ്ക്കറിയാഞ്ഞിട്ടല്ല, അമ്മ പറയാഞ്ഞിട്ടാ. പ്ലീസമ്മേ ഒരു ചെറിയ കഥ."

"ശരി. ഞാനൊരു ചെറിയ കഥ പറയാം. അതു കേട്ട് വേഗം ഉറങ്ങിക്കോണം..."

മനു സന്തോഷത്തോടെ സമ്മതിച്ചു.

"നമ്മുടെ ഈ വീട് മുമ്പൊരു ഹാജിയാരുടേതായിരുന്നു." അമ്മ പറഞ്ഞു തുടങ്ങി. മനു അമ്മയ്ക്കഭിമുഖമായി തിരിഞ്ഞു കിടന്ന് മൂളി.

"ഹാജിയാർക്ക് അതിയ്യാബീഗം എന്നു പേരുള്ള അതീവ സുന്ദരിയായ ഒരു മകളുണ്ടായിരുന്നു..," അവർ മനുവിന്റെ തലമുടിയിൽ മൃദുവായി ഞാവിക്കൊണ്ടിരുന്നു.

"മനൂ, ഈ 201-ാംമത്തെ ചാനലിൽ നിറയെ ഗ്രേയ്ൻസാണല്ലോടാ..." കറണ്ടു വന്നപ്പോൾ മൈഥിലി വിളിച്ചു ചോദിച്ചു.

"ചേച്ചിയൊന്ന് ശല്യം ചെയ്യാതെ പോണ്ണ്ടോ." മനുവിന് ദേഷ്യം വന്നു.

"200 എണ്ണം കണ്ടുകഴിഞ്ഞിട്ട് വിളിക്ക്. അപ്പൊ ഞാൻ ശരിയാക്കി തരാം..." ഉള്ളിൽ ചിരിച്ചുകൊണ്ട് അവൻ വിളിച്ചു പറഞ്ഞു.

"നീ പോടാ പൊണ്ണാ..."

"നീ പോടീ വെളുമ്പീ..." എന്നു പറയേണ്ടതാണ്. മനു ഒന്നും മിണ്ടാതെ അമ്മയുടെ കഥയിലേക്കു മടങ്ങി. ബെഡ്ലാംപിന്റെ ഇളം വെട്ടത്തിൽ അമ്മയുടെ ചുണ്ടുകൾ അനങ്ങുന്നതും കൗതുകപ്പെട്ട് അവൻ കിടന്നു.

"അതിയ്യയെ പ്രസവത്തിന് കൊണ്ടുവന്നതായിരുന്നു. നിന്റെ ചേച്ചി കിടക്കുന്ന മുറിയിലായിരുന്നുവത്രേ അവൾ കിടന്നിരുന്നത്. ഒരിക്കലൊരു സംഭവണ്ടായി. ഒരു വൈകുന്നേരത്ത് പുറത്തെ അടുപ്പിൽ നെയ്യപ്പം ചുട്ടു കൊണ്ടിരിക്കയായിരുന്നു അതിയ്യയുടെ ഉമ്മ. അത് നോക്കിക്കൊണ്ട് മകളും. അപ്പോഴാണത്രേ അതുവഴി പറയൻ ചാത്തു വന്നത്. നെയ്യപ്പവും തിന്നുകൊണ്ട് കട്ടിളപ്പടി ചാരി നിൽക്കുന്ന അതിയ്യയുടെ വീർത്ത ഉദര ത്തിലേക്ക് ചാത്തു വല്ലാതെ തുറിച്ചു നോക്കിയത് ആ ഉമ്മാക്ക് പിടി ച്ചില്ല..., 'ചാത്ത്വോ, ഈ മുച്ചന്തി മോന്തിക്ക് അവടെങ്ങനെ നോക്കിക്കാതെ പൊയ്ക്കാവ്ട്ന്ന്...' ഈർഷ്യയോടെ ഉമ്മ ചാത്തുവിനെ പറഞ്ഞുവിട്ടു. ഇരുണ്ട മുഖത്തോടെയാണത്രേ ചാത്തു പോയത്..."

"അത്രയ്ക്ക് പറയേണ്ടിയിരുന്നില്ലുമ്മാ..." അതിയ്യക്ക് വിഷമം തോന്നി.

"ഓന്റെ നോട്ടം കണ്ടൊ ജ്ജ്? പള്ളേല്ത്തെ കുട്ടിനേ ഓൻ നോക്ക്ണ്. പൊയ്ക്കോട്ടെ കുർപ്പ്..."

ഉമ്മ പ്രാകി.

"അതെന്തിനാമ്മേ അയാൾ കുഞ്ഞിനെ നോക്കിയത്...?" മനുവിന് ജിജ്ഞാസ അടക്കാനായില്ല. അമ്മയുടെ കണ്ണുകൾ അടഞ്ഞു പോകു ന്നുണ്ടായിരുന്നു. മയക്കത്തിൽ അവർ പറഞ്ഞുകൊണ്ടിരുന്നു:

"അതോ, ആ കുഞ്ഞിന്റെ തലച്ചോർ എടുത്തിട്ടാണത്രേ ഒടി മറിയാ നുള്ള മരുന്നുണ്ടാക്കുന്നത്...".

മനു കണ്ണുമിഴിച്ചുപോയി. അവന്റെ ദേഹത്ത് രോമം മുള്ളുപോലെ എഴുന്നു നിന്നു.

"എന്നിട്ട്...?"

"എന്നിട്ടെന്താ, അന്ന് രാത്രി അതിയ്യക്ക് ഉറക്കമേ വന്നില്ല. നിലാവുള്ള ആ രാത്രിയിൽ അവൾക്ക് പുറത്തിറങ്ങണമെന്ന് തോന്നിക്കൊണ്ടേയി രുന്നു..."

"അതെന്താമ്മേ, അങ്ങനെ തോന്നിയത്...?"

"അതിനൊക്കെയുള്ള മന്ത്രം ഒടിയന്മാർക്കറിയാം. മന്ത്രവും ചൊല്ലി ഏഴു പ്രാവശ്യം വീടിന് വലം വെച്ചാൽ ഏത് തുറക്കാത്ത വാതിലും തുറന്നുപോകുമത്രേ. ഒടുവിൽ പുറത്തിറങ്ങണമെന്ന തോന്നൽ കൊണ്ട് പൊറുതിമുട്ടിയ അതിയ്യാബീഗം മെല്ലെയെണീറ്റ് ആരെയും ഉണർത്താതെ വാതിൽ തുറന്നു. അപ്പോഴുണ്ട് മുന്നിൽ കറുത്തിരുണ്ട ഒര് പോത്ത്...!"

"പോത്തോ...!" മനു ചോദിച്ചുപോയി.

"ങ്ഹൂം... പിറ്റേന്ന് രാവിലെ ചോരയുടെ പ്രളയത്തിൽ അതിയ്യ മരിച്ചു കിടക്കുന്നതാണ് അവളുടെ ഉമ്മ കണ്ടത്..."

മനുവിന് കുറേ നേരത്തേക്ക് ഒന്നും മിണ്ടാൻ കഴിഞ്ഞില്ല.

അവന്റെയുള്ളിൽ വിശ്വസിക്കാനാകാത്ത ഒത്തിരി സംശയങ്ങളും ആശങ്കകളും കുമിയുകയായിരുന്നു. അമ്മയെ ഒന്നുകൂടി ഇറുകി, സ്വന്തം നെഞ്ചിടിപ്പ് എണ്ണിക്കൊണ്ട് അവൻ കിടന്നു. ഇരുട്ടിന്റെ ഗുഹയിൽ നിന്നും, അലാവുദ്ദീനും അത്ഭുത വിളക്കും, മുക്കുവനെ സ്നേഹിച്ച ഭൂതവും, പുലിയും പെൺകുട്ടിയും, സുന്ദരിയായ അതിയ്യാബീഗവുമൊക്കെ അവന്റെ മുമ്പിലേക്ക് ഇറങ്ങി വന്നു. അതിയ്യയോട് അവന് വലിയ ഒരിഷ്ടവും വിഷമവും തോന്നി.

"അമ്മേ..," മനു പതിയെ തൊട്ടു വിളിച്ചു.

"ങ്ഹൂം..." മയക്കത്തിൽ അവർ വിളികേട്ടു.

"ഇപ്പോഴുമുണ്ടോ അമ്മേ, അങ്ങനെ രൂപം മാറാൻ കഴിവുള്ള ഒടിയന്മാരൊക്കെ...?"

"ഇപ്പോഴുമുണ്ട്, നമ്മുടെയൊക്കെ ഇടയിൽ. മനുഷ്യരൂപത്തിലാണെന്നു മാത്രം..."

മനുവിന് ഒന്നും മനസ്സിലായില്ല.

"ഇനി നീ വേണ്ടാത്തതൊന്നും വിചാരിച്ചോണ്ടിരിക്കാതെ നാമം ജപിച്ചു ഉറങ്ങിക്കോ വേഗം. ഞാനുറങ്ങുവാ..."

കുറച്ചുകഴിഞ്ഞപ്പോൾ അമ്മ കൂർക്കംവലി തുടങ്ങി.

ചേച്ചിയുടെ മുറിയിലും വെളിച്ചമില്ല. മനു കണ്ണടച്ചു കിടന്നു. അടഞ്ഞ മിഴികൾക്കുള്ളിൽ എന്തൊക്കെയോ രൂപങ്ങൾ തെളിയുകയാണ്. രക്തത്തിന്റെ നിറവും ഗന്ധവുമുള്ള എത്രത്തോളം പൂക്കളാണ്...! ഉറക്കം വരുന്നില്ല...

കണ്ണുകൾ തുറന്ന് ജാലകച്ചില്ലിലൂടെ പുറത്തേക്ക് നോക്കിയപ്പോൾ നിലാവിൽ നനഞ്ഞ് ഇളകിയാടുന്ന തെങ്ങോലകൾക്കിടയിലൂടെ ഒളിച്ചുകളിക്കുന്ന രണ്ടു നക്ഷത്രങ്ങൾ! അതിലേക്കു നോക്കിയങ്ങനെ കിടക്കാനൊരു രസം. സൂക്ഷിച്ചു നോക്കിയപ്പോൾ ചാഞ്ഞു നിൽക്കുന്ന തെങ്ങോലയുടെ തുമ്പിൽ ഒരു മാലാഖയായി അതിയ്യാബീഗം ഇരിക്കുന്നു! മനു ഒന്നുകൂടി കണ്ണു ചിമ്മിത്തുറന്നു. ഇപ്പോൾ അതിയ്യായുടെ കൈയിൽ ഒരു ചോരക്കുഞ്ഞുമുണ്ട്!

പിന്നെ മനു അങ്ങോട്ടു നോക്കിയതേയില്ല.

എന്നിട്ടും മനസ്സിൽ നിന്ന് ആ ചിത്രം മായുന്നേയില്ല. അവൻ അമ്മയുടെ മാറിലേക്ക് തലപൂഴ്ത്തി കണ്ണടച്ചു കിടന്നു.

ചുവന്നതും വെളുത്തതും കറുത്തതുമായ ഓരോ വിചാരങ്ങളിലൂടെ ഒന്നു ചേർന്നൊഴുകി മനു ഉറക്കത്തിലേക്ക് വീഴുകയായിരുന്നു. പുറത്ത്

നിന്ന് ഒരു പൂച്ചയുടെ കരച്ചിൽ അവനെ ഉണർത്തി. ജാലകത്തിലൂടെ നിശ്ശബ്ദമായി ചിരി തൂവുന്ന നേർത്ത നിലാവ്. ഇപ്പോൾ കരച്ചിൽ കേൾക്കുന്നില്ല. പുറത്തെ വിജനമായ ഏകാന്തതയിൽ നിന്ന് ഒരു ഭയം മനുവിന്റെ നെഞ്ചിലേക്ക് ചേക്കേറി. അവൻ നെഞ്ചിടിപ്പോടെ എന്തിനോ കാതോർത്തു.

ചേച്ചിയുടെ മുറിയുടെ ഭാഗത്തു നിന്ന് എന്തോ ശബ്ദം കേട്ടുവോ? ഒരു മന്ത്രം ഉരുവിടുന്ന പോലെ? വാതിലിന്റെ സാക്ഷ നീങ്ങുന്നപോലെ...?

മനുവിന് അമ്മയെ വിളിക്കണമെന്ന് തോന്നി. പക്ഷേ, ശബ്ദം വരണ്ട ചങ്കിൽ മരിച്ചുകിടന്നു. കൈകൾ അനക്കാൻ കഴിയുന്നില്ല.

മനു കണ്ണുകളിറുക്കിയടച്ച് അമ്മയെ മുറുകെ കെട്ടിപ്പിക്കാനാഗ്രഹിച്ചുകൊണ്ട് അനങ്ങാനാവാതെ കിടന്നു. അടഞ്ഞ കൺകോണുകളിലൂടെ എന്തിനോ കണ്ണീർ ധാരയായി ഒഴുകി...

രാവിലെ അമ്മയുടെ ആർത്തനാദം കേട്ടാണ് മനു ഉണർന്നത്.

"മനുശങ്കർ...!"

മനു ഞെട്ടിയുണർന്ന് നോക്കി. ലേബർ റൂമിന്റെ ചില്ലു വാതിൽക്കൽ ശുഭ്രവസ്ത്രമണിഞ്ഞ് ഒരു അപ്സരസ്സായി പുഞ്ചിരി തൂകിക്കൊണ്ട് അതിയ്യാബീഗം നിൽക്കുന്നു.

അവർ തന്റെ നേരെ ആ ചോരക്കുഞ്ഞിനെ നീട്ടുകയാണ്...!

■

രോഗം

ഇടുപ്പിൽ നിന്നുദ്ഭവിച്ച് നട്ടെല്ലിനുള്ളിലൂടെ സഹിക്കാനാവാത്ത ഒരു വേദന പുളഞ്ഞുകയറിക്കൊണ്ടായിരുന്നു ചെറ്യാത്തന് തുടക്കം.

അപ്പൻ കുഞ്ഞക്കൻ കുഴിക്കുന്ന കിണറിനു ചുറ്റും മൂക്കുമൊലിപ്പിച്ച് ഓടി നടന്നാണ് ചെറ്യാത്തൻ വളർന്നത്. അങ്ങനെയാണ് ചെറ്യാത്തന്റെ പണിയായുധം മണ്ണിന്റെ ഊഷരതയിൽ നീരുറവകൾ തിരഞ്ഞു തുടങ്ങിയതും കിണറുപണിയല്ലാതെ മറ്റൊരു ജോലിയും ചെറ്യാത്തന് അജ്ഞാതമായിത്തീർന്നതും.

കരിന്തേളും പഴുതാരയും പാമ്പെറുമ്പുമുള്ള കിണറിന്റെ അഗാധമായ ഇരുട്ടിലേക്ക്, നിലം തൊടാതെ ആഴ്ന്നാഴ്ന്ന് വീണുപോകുന്ന ഒരു ദുഃസ്വപ്നം കണ്ട് ചെറ്യാത്തൻ പലപ്പോഴും വള്ളിയുടെ കൈകൾക്കുള്ളിൽ നിന്ന് ഞെട്ടിയുണരുമായിരുന്നു.

“നേരം പൊലരുമ്പം തൊട്ട് കെണറ്റിലല്ലേ പണി. അതോണ്ടാകും ങ്ങനൊര്... ദേവീനെ നല്ലോണം മനസ്സീ വിചാരിച്ചി കെടന്നോളീം...”

വള്ളി ചെറ്യാത്തനെ സമാധാനിപ്പിക്കും.

ഉയരുകയും താഴുകയും ചെയ്യുന്ന ഹരം കയറിയ കിളയുടെ ഓരോ നിശ്വാസങ്ങളിലും വള്ളിയുടെ കൈകൾ തന്നെ വരിഞ്ഞുമുറുക്കുന്ന പോലെ ഒരനുഭൂതിയാണ് ചെറ്യാത്തന്.

കിണറിനുള്ള സ്ഥാനമുറപ്പിച്ച ശേഷം ചെറ്യാത്തന്റെ പണിയായുധം ചലിച്ചു തുടങ്ങുകയായി. മുകളിലെ കരിമണ്ണു തുരന്നു ചെല്ലുമ്പോൾ പിന്നെയൊരുതരം തവിടൻ മണ്ണായിരിക്കും. അതുകഴിഞ്ഞുള്ള ആഴത്തിൽ പശിമയുള്ള ചെവിടിമണ്ണ്. ശിലാപാളികൾ ഒന്നൊന്നായി കിളച്ചു കടന്ന്, ഒടുവിൽ ഭൂഗർഭത്തിൽ നിന്ന് ജലം പൂക്കുറ്റി പോലെ ചീറ്റുമ്പോഴേ വള്ളിയുടെ കൈകൾ ചെറ്യാത്തനെ പിടിവിട്ടു വീഴുകയുള്ളൂ.

വിയർപ്പു ചാലിട്ടു തളർന്ന സംതൃപ്തിക്കു മുമ്പിൽ, വയറു നിറഞ്ഞ ചെറ്യാത്തന്റെ മക്കൾ ഒരു സ്വപ്നം പോലെ പാഞ്ഞു കളിക്കും.

"അവടെ കുത്ത്യാല് ബെള്ളം കാണൂല മൂപ്പരേ...!"

തന്റെ ഭൂമിശാസ്ത്രം ആരോടും ചെറ്യാത്തൻ തുറന്നങ്ങു പറയും.

അതാണ് ചെറ്യാത്തന്റെ നേരും വിശ്വാസവും.

ഇന്നുവരെ അത് ചെറ്യാത്തനെ ചതിച്ചിട്ടുമില്ല.

അതുകൊണ്ടുതന്നെയായിരിക്കാം, ഭൂമിയെ മുഴുവൻ യന്ത്രങ്ങൾ കയ്യടക്കിക്കഴിഞ്ഞിട്ടും ചെറ്യാത്തന് ഒരു ദിവസം പോലും വീട്ടിലിരിക്കേണ്ടി വരാതിരുന്നതും.

പണി കയറി, കൂട്ടുകാരായ ചെല്ലപ്പനും സിദ്ധീൻകുട്ടിയും ക്ഷീണം തീർക്കാനായി ഷാപ്പിലേക്ക് വെച്ചടിക്കുമ്പോൾ, ചെറ്യാത്തൻ വള്ളി പറഞ്ഞേൽപ്പിച്ചിട്ടുള്ള അരിയും സാമാനങ്ങളുമായി നേരെ വീട്ടിലേക്ക്.

ഒഴിവു ദിവസങ്ങളിൽ, വെടിപ്പുള്ള വസ്ത്രമണിഞ്ഞ് നെറ്റിയിൽ ചന്ദനക്കുറിയുമായി അമ്പലത്തിലേക്ക്. അപൂർവ്വമായി വള്ളിയും മക്കളുമൊത്ത് ഒരു സിനിമ!

രാത്രി, ചെല്ലപ്പന്റെ ചാളയിൽ നിന്ന് തെറിവിളിയും കരച്ചിലുമുയരുമ്പോൾ, തൊട്ടടുത്തുള്ള കൊച്ചുകൂരയിൽ ചെറ്യാത്തൻ വള്ളിയുടെ കൈകൾക്കുള്ളിൽ ചുറ്റിപ്പിണയുകയാവും.

പൊള്ളുന്ന ഭൂമിയുടെ അടിത്തട്ടിൽ നീരുതേടിയുള്ള ജീവിതത്തിൽ, കെട്ടുപ്രായമായ മകൾ മിനിയുടെ കാതുകളിൽ, ഉറഞ്ഞ വിയർപ്പുതുള്ളികൾ പോലെ രണ്ടു തേൻതുള്ളിക്കമ്മലുകൾ തുള്ളിയാടുന്നത് കാണുമ്പോൾ, അവളുടെ കൈകളിലെ പൊൻവളച്ചിരി കേൾക്കുമ്പോൾ ചെറ്യാത്തന്റെ ചുണ്ടിൽ അഭിമാനം പൂക്കും...

പുറമേ കാണിക്കുന്നില്ലെങ്കിലും പലർക്കും ഉള്ളിൽ അസൂയയാണെന്ന് ചെറ്യാത്തനും വള്ളിക്കുമറിയാം. തന്റെ തഴമ്പുവീണു കറുത്ത വിരലിൽ മിന്നിത്തിളങ്ങുന്ന മോതിരത്തിലേക്ക് കള്ളക്കണ്ണുകൾ പാളി വീഴുന്നത് പലവട്ടം ഉള്ളിലൂറിച്ചിരിച്ചുകൊണ്ട് കണ്ടില്ലെന്നു നടിച്ചിട്ടുണ്ട് ചെറ്യാത്തൻ.

ദുബായിക്കാരൻ അബുഹാജിയുടെ മകൻ ലത്തീഫ് ഒരിക്കൽ തന്റെയുള്ള് തുറന്നു കാണിച്ച് ചെറ്യാത്തനോടുള്ള സ്നേഹം പ്രകടിപ്പിക്കുകയുമുണ്ടായി:

"അല്ല ചെറ്യാത്താ, എന്ത്നാ വെറ്തേ ഈ കണ്ണിക്കണ്ട മുക്കുമോതിരൊക്കെ വെരലിലിട്ട് ഓരോ രോഗം വിളിച്ച് വെരത്ത്ണത്..?"

ചെറ്യാത്തന്റെ തലച്ചോറിൽ ഒരായിരം പാമ്പെറുമ്പുകൾ...കണ്ണുകളിൽ പെട്ടെന്നൊരു എരിച്ചിൽ...

ഈ മണ്ണിൽ അദ്ധ്വാനിച്ച്, വിയർപ്പുരുക്കിയൂതിക്കാച്ചിയുണ്ടാക്കിയ പൊന്നാണ്...

-ഇങ്ങള് കായിക്കാര് മുക്കുപണ്ടം കെട്ട്യാ, അത് പത്തരമാറ്റ് തങ്കം. ഞങ്ങള് പാവത്ത്ങ്ങള് ചോര നീരാക്കി, സ്വന്തം വേർപ്പ് വറ്റിച്ച് ഒര് തരി മിന്ന്ണ്ടാക്കി മേത്ത്ട്ടാലത് വെറും മുക്ക്പണ്ടം...തെരക്കെട്ല്ലല്ലോ ലത്തീഫുട്ട്യേ...! പാവത്ത്ങ്ങളും ഈ മണ്ണില് ജീവിച്ച് പൊയ്ക്കോട്ടെ ലത്തീഫുട്ട്യേ...

വാക്കുകൾ ചങ്കിൽ വന്ന് കെട്ടുപിണഞ്ഞതല്ലാതെ പുറത്തേക്ക് വന്നില്ല ചെറ്യാത്തന്. വലിയ പണക്കാരാണ്. ഒരു വാക്കെങ്ങാനും തെറ്റായി വീണുപോയാൽ...

ചെറ്യാത്തന്റെ കണ്ണുകളിലെ നീറ്റൽ ബാഷ്പമായി വറ്റി.

ഞരമ്പുകളിൽ ചുടുചോര തളർന്നു.

എന്നാൽ പെട്ടെന്ന്, ചെറ്യാത്തന്റെ ഇടുപ്പിൽ നിന്നും നട്ടെല്ലിനുള്ളി ലൂടെ താങ്ങാനാവാത്ത കഠിനമായ ഒരു വേദന ഇടിവാളുപോലെ പുളഞ്ഞു കൊണ്ട്...

ചെറ്യാത്തൻ വിയർത്ത് തളർന്ന് മണ്ണിലേക്കിരുന്നുപോയി...

അതിനു ശേഷം വള്ളിയുടെ കണ്ണുകൾ ചെറ്യാത്തന്റെ അരികിൽ നിന്നും വിട്ടുമാറില്ല. നിലത്ത് ചെറ്യാത്തൻ കിടക്കുന്ന കീറപ്പായയിൽ അവളിരുന്നു കരയും:

“മിനിന്റച്ഛനെന്തേലും മന്നാല്...ഞമ്മളെ മക്കള്...”

“ഇക്ക് ദേവ്യ്യോന്നും വെര്ത്തൂല വള്ള്യേ.., യ്യ് ങ്ങനെ കരേല്ലെ...”

ചെറ്യാത്തൻ വള്ളിയെ സാന്ത്വനിപ്പിക്കും. മിനിയും സുരേഷും സുരേന്ദ്രനും അപ്പനെ ശുശ്രൂഷിച്ചുകൊണ്ട് മിക്ക സമയവും അരികിലു ണ്ടാവും.

ദിവസങ്ങൾ കഴിഞ്ഞപ്പോൾ ചെറ്യാത്തന് എണീറ്റ് പതിയെ നടക്കാ മെന്നായി. ഒരു വൈകുന്നേരത്താണ് സിദ്ധീൻകുട്ടി ചെറ്യാത്തന്റെ വിവര മറിയാൻ വീണ്ടും വന്നത്.

‘ഇജ്ജ് ങ്ങനെ ചാളേല് തന്നെ ചടഞ്ഞുകൂട്യാ സെര്യാവൂല....ഇജ്ജ് മറന്നോ, നാളെത്തെ കല്യാണം...? അന്നീം ചെല്ലപ്പനീം കൂട്ടണം ന്ന് കബീറ് പ്രത്യേകം പറഞ്ഞ്ക്ക്ണ്...”

ചെറ്യാത്തൻ അത് മറന്നു പോയിരുന്നു.

“ഞാൻ പോരണോ സിദ്ധ്യേ...?”

ചെറ്യാത്തന് വലിയ താത്പര്യം തോന്നിയില്ല.

“മിനിന്റച്ഛൻ പോരും. ഒന്ന് പൊറത്തെറങ്ങി, കാലോട്ടം കിട്ട്യാലേ നാളെക്കയ്ഞ്ഞ് പണിക്കെറങ്ങാമ്പറ്റ്വൊള്ളൂ.” വള്ളിയുടെ നിർബന്ധം കൂടിയായപ്പോൾ പിന്നെ ചെറ്യാത്തൻ മറുത്തൊന്നും പറഞ്ഞില്ല.

പിറ്റേന്ന്, ചെറ്യാത്തൻ കുളിച്ചൊരുങ്ങി നെറ്റിയിൽ വള്ളി തൊടുവിച്ച ചന്ദനക്കുളിരുമായി നിൽക്കുകയായിരുന്നു. വളരെ നാളുകൾക്കു ശേഷം പുറത്തിറങ്ങുന്നതിന്റെ പ്രസാദമുണ്ടായിരുന്നു മുഖത്ത്.

"ഇതാരാദ്..! ചെറ്യാത്തൻ പുത്യാപ്ലേ്യാ...?"

സിദ്ധീൻകുട്ടിയുടെ ചോദ്യം കേട്ട് വള്ളി പൂപോലെ ചിരിച്ചു.

"അല്ല, എവടെ ചെല്ലപ്പൻ...?" ചെറ്യാത്തൻ ചോദിച്ചു.

"ഓന്ണ്ടാവും ആ മൂച്ചിത്തോട്ടത്തിലെ 'വട്ട'ത്തില്..."

ബസ്സിറങ്ങി, കല്യാണവീട്ടിലേക്ക് നടക്കുമ്പോൾ ദൂരെ നിന്നു തന്നെ, റോഡു വക്കിൽ നിർത്തിയിട്ടിരിക്കുന്ന പലതരം കാറുകളുടെ നീണ്ട നിര കണ്ട് ചെറ്യാത്തന് എന്തോ ഒരു വല്ലായ്ക തോന്നി.... ഇത്രയ്ക്കൊന്നും ചെറ്യാത്തൻ വിചാരിച്ചിരുന്നില്ല.

"സിദ്ധ്യേ...ഞാന് പ്പോ..." ചെറ്യാത്തന് വാക്കുകൾ കിട്ടിയില്ല.

"എന്താ ചാത്താ...?"

"അല്ലെങ്ക്യോന്നുല്ല..."

"ന്നാ വാ."

സിദ്ധീൻകുട്ടി ചെറ്യാത്തനെ ഒപ്പം കൂട്ടി:

"പിന്നെയ്..,ഇജ്ജ് നെറ്റിമ്മല്ത്തെ ഈ കുറ്യങ്ങട്ട് മായ്ച്ചളാ... ഒന്നും ണ്ടായ്റ്റല്ല, ന്നാലും..."

ചെറ്യാത്തൻ ഒന്നമ്പരക്കാതിരുന്നില്ല. വള്ളി സ്നേഹത്തോടെ തൊടുവിച്ചു തന്ന ഈ തണുപ്പിൽ അവളുടെ പ്രാണനുണ്ട്. അത് മായ്ച്ചു കളയുകയെന്നാൽ താൻ തന്നെ ഇല്ലാതാവുന്നതിനു തുല്ല്യമല്ലേ...?

ചന്ദനം മായ്ച്ചു കളയുമ്പോൾ ചെറ്യാത്തന്റ മുഖത്തെ പ്രസാദം കെട്ടുപോയിരുന്നു.

"ചെറ്പ്പത്തില് ഞാൻ കന്ന് മേക്കാൻ നിന്നീനെ വീടാണ്," സിദ്ധീൻ കുട്ടി പറഞ്ഞു: "അങ്ങനെ കൂട്ടായതാണ് കബീറിനോട്. വല്ല്യ കോടീ സരനാണ്..."

ചെറ്യാത്തൻ വെറുതെ മൂളിക്കൊടുത്തു.

അവന്റെ തലച്ചോറിൽ കറുത്ത പാമ്പെറുമ്പുകൾ പുളയുകയായി രുന്നു...

അലങ്കരിച്ച കവാടത്തിൽ വീഡിയോ ക്യാമറയ്ക്കു മുമ്പിൽ, അതിഥി കളെ സ്വീകരിക്കാനായി കബീറിന്റെ വാപ്പ മുഖത്ത് പുഞ്ചിരി സ്വിച്ചിട്ടു വച്ചുകൊണ്ട് ഓടി നടക്കുന്നുണ്ടായിരുന്നു.

"അസ്സലാമു അലൈക്കും..." സിദ്ധീൻകുട്ടി അദ്ദേഹത്തിന് കൈ കൊടുത്തു.

“വസ്സലാം..!” അദ്ദേഹം ധൃതിയിൽ സലാം മടക്കി:

“എന്താ സിദ്ധീനേ, ജ്ജൊക്കെ ഇപ്പൊ വന്നാ മത്യോ...? ഇതാരാ കൂടെള്ളത്? കൂട്ട്കാരനാവും ലേ...!” അദ്ദേഹം ചെറ്യാത്തനും കൈ കൊടുത്തു.

ചെറ്യാത്തന്റെ കൈയിൽ വിയർപ്പു പൊടിഞ്ഞു.

ധൃതിയിലാണെങ്കിലും കബീറിന്റെ വാപ്പ മര്യാദ കാണിച്ചു:

“നന്നായി, ഇർക്കീം. അല്ലാ, ങ്ങളെ പേര് പറഞ്ഞില്ലല്ലോ...?”

ചെറ്യാത്തൻ പേര് പറഞ്ഞു.

കബീറിന്റെ വാപ്പയുടെ കൈയിൽ പേരറിയാത്തൊരു ഒരു തരിപ്പ് പടർന്നത് പോലെ ചെറ്യാത്തന് തോന്നി. ചെറ്യാത്തന്റെ കൈ അദ്ദേഹ ത്തിന്റെ കൈപ്പത്തിക്കുള്ളിൽ നിന്നും ഊർന്നു.

ചെറ്യാത്തന് കണ്ണുകൾ എരിയുന്ന പോലെ...

അടുത്ത നിമിഷം, നട്ടെല്ലിനുള്ളിലൂടെ സഹിക്കാനാവാത്ത ആ വേദന ഒരു കറുത്ത ഇഴജീവിയെപ്പോലെ പുളഞ്ഞു കയറിയതേ ചെറ്യാത്തന് ഓർമയുള്ളൂ...

ഒരു മെഡിക്കൽ കോളേജിന്റെ പടി ചവിട്ടുന്നത് ജീവിതത്തിലിതാദ്യം. അവിടുത്തെ അപരിചിതത്വവും തിരക്കും കണ്ടപ്പോൾ തന്നെ ചെറ്യാ ത്തന് ഉള്ളു പിടഞ്ഞു തുടങ്ങിയിരുന്നു...

മരുന്നുകളുടെ ശ്വാസം മുട്ടിക്കുന്ന ഗന്ധം. എന്തോ അഴുകിയ നാറ്റം പോലെ...

നീണ്ട ക്യൂവിൽ തന്റെ ഊഴവും കാത്ത് നെടുവീർപ്പിടുമ്പോൾ വള്ളി യുടെയും മക്കളുടെയും ദൈന്യമായ മുഖങ്ങൾ ചെറ്യാത്തനെ പീഡി പ്പിച്ചുകൊണ്ടിരുന്നു.

“ഞാനും പോരട്ടെ മിനിന്റ്ച്ചാ.., ഇത്രീം ദൂരത്ത്ക്കല്ലേ...?”

വള്ളി മുമ്പിൽ വന്നു കണ്ണു നിറയ്ക്കുന്നു.

“യ്യ് പോരണ്ട വള്ളേ്യ, ന്റൊപ്പം സിദ്ധീങ്കുട്ടിണ്ടല്ലോ...”

കണ്ണു നിറഞ്ഞ് നിന്നതല്ലാതെ പിന്നെ അവളൊന്നും പറഞ്ഞില്ല.

വള്ളിയെയും മക്കളെയും ആലോചിച്ചു നിൽക്കുമ്പോൾ, തന്നെ നായാടിക്കൊണ്ടിരിക്കുന്ന ആ കറുത്ത സ്വപ്നത്തിന്റെ അഗാധമായ ഇരുട്ടിലേക്ക് വീണുപോകുന്നതുപോലെയാണ് ചെറ്യാത്തന് തോന്നി യത്.

മണിക്കൂറുകളുടെ മുഷിപ്പിനൊടുവിൽ ചെറ്യാത്തന്റെ പേരും വിളിച്ചു.

ഇടിക്കുന്ന ഹൃദയത്തോടെ സിദ്ധീൻകുട്ടിയും കൂടെ ചെന്നു.

“ഉം? എന്താ രോഗം...?”

വല്ലാത്തൊര് ഗൗരവം തന്നെ. ചെറ്യാത്തൻ ഉള്ളിൽ വിചാരിക്കുകയും ചെയ്തു.

“ഊര വേദനേണ് സാറേ...നാട്ടില്ള്ള ധർമ്മാസ്പത്രീലൊക്കെ പോയോക്കി. എച്ചറേട്ത്തു. കാനിംങ്ട്ത്തു. ഒര് കൊറവൂം ല്ല...” ചെറ്യാത്തൻ വിനയാന്വിതനായി: “യക്ക്തോം മൂത്രോം ഒക്കെ പരിസോദിച്ചു. ഒന്നും കാണ്ണ്ല്ലാന്നാ ടാക്ക്ടറ്മാര് പറീണത്...അവസാനാണ് ഇങ്ങട്ട് എയ്തിത്തന്നത്...”

ചെറ്യാത്തൻ കൊടുത്ത മരുന്നുശീട്ടുകൾ വെറുതെയൊന്നു നോക്കിയ ശേഷം പ്രൊഫസർ ചെറ്യാത്തനെ അടിമുടിയൊന്ന് ഉഴിഞ്ഞു.

ക്ഷീണിച്ചു തളർന്ന മുഖം. കിണറിന്റെ ആഴം പോലെ കുഴിയിലാണ്ടു പോയ കണ്ണുകൾ. നീരു വറ്റിയുണങ്ങി പൊറ്റൻ കെട്ടിയ കറുത്ത ചുണ്ടുകൾ...

തന്റെ നിഗമനം പ്രൊഫസർ, ചുറ്റും വട്ടമിട്ടിരിക്കുന്ന അസിസ്റ്റന്റ് ഡോക്ടർമാരോടായി ഇംഗ്ലീഷിൽ കുലുങ്ങിച്ചിരിച്ചു:

“ഐ തിംഗ്, ഹീ ഈസ് എ ടോട്ടൽ ഡ്രങ്കാട് ആന്റ് ചെയ്ൻ സ്മോക്കർ...!”

ചെറ്യാത്തനും സിദ്ധീൻകുട്ടിയും പ്രൊഫസറുടെ കണ്ണുകളിലേക്കു മിഴിച്ചു.

ചിരിയുടെ അവസാനം മരുന്നുശീട്ടുകൾ മേശപ്പുറത്തേക്കൊരു ഇടലായിരുന്നു പ്രൊഫസർ: “ഹ്ും... തന്റെ രോഗം മാറണമെങ്കിലേ.., തന്റെ മദ്യപാനവും പുകവലിയും ആദ്യം നിർത്തണം. മനസ്സിലായോ...? ഉം, പൊയ്ക്കോ... ഓരോരുത്തരിങ്ങോട്ട് കയറിവരും....”

ചെറ്യാത്തന് കണ്ണിൽ ഇരുട്ടു കയറുന്ന പോലെ...

വെളുക്കെ ചിരിക്കുന്ന പിശാചുകളുടെ കറുത്ത രൂപങ്ങൾ ദംഷ്ട്രകൾ നീട്ടി അട്ടഹസിക്കുന്നു. ഇരുട്ടിന്റെ അറ്റമില്ലാത്ത ആഴത്തിലേക്കു തന്നെയാരോ തള്ളിയിടുകയാണ്...

തലച്ചോറിൽ കരിന്തേളുകൾ എത്രയാണ് നുഞ്ഞുന്നത്... പഴുതാരകൾ...പാമ്പെറുമ്പുകൾ...

‘ദേവീ.., ന്റെ വള്ളിനീം മക്കളീം കാത്തോളണേ...’

ചെറ്യാത്തൻ ഉള്ളിൽ വിലപിച്ചു.

പിറകിൽ നിന്ന് സിദ്ധീൻകുട്ടി എന്തോ പറഞ്ഞതിനെ ആംഗ്യം കൊണ്ടു തടഞ്ഞ്, ചങ്കു കടഞ്ഞ വേദനയെ പല്ലുകൾക്കിടയിലിട്ടു

ഞെരിച്ചു കൊന്ന്, കണ്ണു നിറഞ്ഞ് ചെറ്യാത്തൻ ഡോക്ടർക്കു നേരെ കൈകൂപ്പി:

"അട്യേൻ..., ഞ്ഞി കുടിക്കൂല. വലിക്കൂം ല്ല..."

മടക്കത്തിൽ സിദ്ധീൻകുട്ടി ചെറ്യാത്തനോട് ദേഷ്യപ്പെട്ടു:

"ജ്ജെന്ത് പണ്യാ ചാത്താ, കാട്ട്യേത്? അനക്ക് കുടീം വലീം ഒന്നുല്ലാന്ന്ള്ള സത്യങ്ങട്ട് പറഞ്ഞൂടൈനോ...?"

"എന്തേർത്ത്നാദ്...?"

ചെറ്യാത്തൻ പൊട്ടിത്തെറിച്ചു: "ഞങ്ങള് ചെറമക്കളല്ലേ...ഓല് വല്ല്യ ടാക്ക്ട്ടർമാര്. ഞങ്ങളെ കുടീം വലീം ഒക്കെ തീർമാനിക്ക്ണത് ഓലല്ലേ...?"

ചെറ്യാത്തന്റെ പൊടുന്നനെയുള്ള ഭാവമാറ്റത്തിലേക്ക് പരിഭ്രമത്തോടെ മൗനം പൂണ്ടു നിൽക്കാനേ സിദ്ധീൻകുട്ടിക്ക് കഴിഞ്ഞുള്ളൂ.

അവർ ഒരു ഓട്ടോയ്ക്ക് കൈ കാണിച്ച്, കയറി.

"ഇന്യെങ്ങട്ടാ ചാത്താ ഞമ്മള് പോണ്...?" നിസ്സഹായതയോടെ സിദ്ധീൻകുട്ടി ചോദിച്ചു.

"കള്ള് സാപ്പ്ക്ക്...."

■

സീബ്രാ ലൈനിൽ ഒരു ഐശുമ്മ

ഒന്നങ്ങട്ട് ഓങ്ങാനും കൂടി പറ്റ്ണില്ലല്ലോ തമ്പുരാനേ, ഈ വണ്ട്യോള്ടെ ഒര് ചീറിപ്പാച്ച്ലോണ്ട്. ആകെ ഒരെരപ്പ്ങ്ങനെ കേക്ക്ണ്ണ്ട്. അതിന്റെടീക്കുടെ ആരാണ് ബിളിക്ക്ണത്!

ചെലേപ്പൊ ഇങ്ങനേണ്. ഒന്നും ഒരെത്തും പുടീം കിട്ടൂല. തലീക്കൂടെ ഒരരിപ്പങ്ങട്ട് മണ്ടിക്കയറും. കണ്ണിലാകെപ്പാടെ ഇര്ട്ടും. പിന്നെ ഒരന്തംബ്ടലാണ്. ഒന്നും ഒരോർമീം കിട്ടാത്ത ചേല്....

അട്ത്ത്ക്കൂടെ പോണോലാരും ഒന്ന് തിരിഞ്ഞു നോക്ക്ണും കൂടില്ല, ഒര് സകായത്തിന്. ആർക്കും ഒപയോഗല്ലാത്ത കാലായാല് പിന്നൊക്കെ കണക്കെന്നെ....

ഇടിവാള് മാതിരി ഓരോന്ന്ങ്ങനെ പായിണ്ണ്ട്. അതിന്റെ എരപ്പും കേക്ക്ണ്ണ്ട്... മണൽ ലോറ്യെങ്ങാനാണോ ഇപ്പൊ ആ പാഞ്ഞ് പോയത്? റോട്ടിന്റെ നട്ക്കന്നല്ലേ ഒരു നെലോളി കേട്ടത്? ആരൊക്കേ അങ്ങട്ട് മണ്ടിച്ചെല്ല്ണ്ണ്ടല്ലോ ഞ്ഞെ മുത്ത് നെബ്യേ...

– ആയ്ശ്ശ്വോ, ബാങ്കൊാട്ത്തു. ഇഞ്ചുട്ടി ബേഗം നീച്ച് സുലൈമാനിണ്ടാക്കി ത്തന്നാ... ഇപ്പത്തെന്നെ നേരം ബെഗ്ഗി....

ഇപ്പച്ചിന്റെ കൂറ്റ്! ജന്നത്തുൽ ഫിർദൗസ്സിന്ന് ഹൂറിലീങ്ങളെ[1] ഒപ്പനീം വളകിലുക്കോം കേക്ക്ണ്... മുന്തിരിത്തോട്ടത്തില് കിളികള് പാട്ണ്. വെള്ളത്തുണീംട്ത്ത് തലീക്കെട്ടും കെട്ടി ആരാണ് പടച്ചോനേ ആ വെര്ണത്?

എന്താണ് കണ്ടത്ന്നും കേട്ടത്ന്നും ഒരെത്തും പുടീം കിട്ട്ണ്ല്ലല്ലോ... മോന്ത്യായതോണ്ട് കണ്ണും കാണ്ണില്ല. പതിനാല് കണ്ണ്ണ്ടായാലും മത്യാവാത്ത കാലാണ്. അയ്ക്കുടെ ഉള്ള കണ്ണ്നെന്നെ കാഴ്ച്ചീല്ലെങ്കിലോ!

ഒന്നും തിരീണ്ല്ലല്ലോ റബ്ബേ ഈ തള്ളയ്ക്ക്. കണ്ണിന്റെ പാട നീക്ക്ണ കാര്യം ജിദ്ദീന്ന് വിളിക്കുമ്പളൊക്കെ മകനങ്ങനെ ഓർമിപ്പിച്ചും. എന്തിനാദ്? കുയ്യ്ല്ക്ക് കാലും നീട്ടിരിക്ക്ണ ഈ തള്ളക്കാപ്പൊ ഞ്ഞി കാഴ്ച! ഈ

---

1. സ്വർഗ്ഗലോകത്തെ അതീവസുന്ദരികൾ

കണ്ണോണ്ട് കാണാനാശള്ളതും ഇല്ലാത്തതും ഒര്പാട് കണ്ടു. ഒര് മകന് ണ്ടായപ്പൊ ഓനൊന്ന് വളർന്ന് കാണാനാശിച്ചു. വളർന്നപ്പോ കല്യാണം കഴിച്ച് കാണാനായി ആശ. ആ മുറാദ് ആസിലായപ്പോ[2] ഓനൊര് കുഞ്ഞിക്കാല്ണ്ടായി കാണാനായി പൂതി. അൽഹംദുലില്ലാ, അതും കണ്ടു. ഞ്ഞിപ്പോ ഓനൊന്ന് വന്ന് കണ്ടിട്ട് കണ്ണടച്ചാ മത്യൈനൂന്നും കൂടി ഒര്..., അതെങ്ങനേണ്, മന്സ്സന്റെ ദാഹോം മോഹോം തീർന്നിട്ട് മരിക്കാങ്കയ്യൂ ലല്ലോ...!

കാണാങ്കയ്യാത്തതും കണ്ടു. മിസൈലും പീരങ്കീം മന്സനെ കൊന്നൊടുക്ക്ണത്. തമ്മിത്തമ്മില് വെട്ടും കൊലീം നടത്ത്ണത്. ഒന്ന് പറഞ്ഞ് രണ്ടാമത്തീന് തല തച്ച് പൊട്ടിക്ക്ണത്. ഞാൻ പെറ്റതല്ലെങ്കിലും ഉണ്ണീന്ന് വിര്യാത്ത ഞ്ചെ പെങ്കുട്ട്യോളെ പിച്ചിച്ചീന്ത്ണതും ഈ തള്ള കണ്ടു...

മത്യായി. കെട്ട കാഴ്ചകള് കണ്ട് കണ്ട് പടച്ചോൻ തന്ന അനുഗ്ര ഹാവും ഈ കണ്ണിന്റെ കേട്. ഇഞ്ഞിപ്പൊ പുത്യേതൊന്നും കാണണം ന്നൊട്ട് ആശീല്ല. ന്നാലും ഓനെ പെറ്റ ഓന്റെ തള്ളയല്ലേ, ഓന് കയറ്റ്ണ രണ്ട് നെലള്ള പെരീം ഓഡറ് ചെയ്ത പുത്യേ കാറും ഒക്കെ ഇമ്മ കാണണംന്ന് ഓന് ആശല്ലാണ്ടിരിക്വോ...!

ഈ വെള്ത്ത വെര സൊറ്ഗത്തില്ക്ക്ള്ള സിറാത്ത് പാലാണാവോ[3] തമ്പുരാനേ? അതോ നരകത്തില്ക്കോ! ഈ തള്ളക്കാണെങ്കി കൊറച്ച് നേരം നിന്നാത്തൊടങ്ങി കാല്മ്മെക്കൂടെ ഒര് മീൻമണ്ടിക്കയറ്റം. കുഞ്ഞിമോനെ കേപ്പിച്ച് ഇത് പറഞ്ഞാ അപ്പൊ ഓൻ ചോയ്ക്കും:

– ഉമ്മുമ്മാന്റെ കാല്മ്മെക്കൂടെ കയറ്ണ മീനിനെ പുടിച്ചാങ്ട്ടോ...?

– ഇത് ജ്ജ് കെർത്യെ മീനല്ല മനേ...അങ്ങനെത്തൊര് കാലണ്ടെനി ഉമ്മുമ്മാക്ക്....

– അതെന്നായ്നുമ്മുമ്മാ...?

– അന്റെ ഇപ്പപ്പണ്ടെനന്ന്! തോട്ട്ല് മീങ്കയ്റ്ണ കാലത്ത്, എന്നും മോന്ത്യാകാന്നേരത്ത് ഞമ്മളെ തോട്ടുമ്പൊയീക്ക് വല പുടിച്ചാമ്പോകും മൂപ്പര്... മൊളകും മഞ്ഞളും ഉള്ളീം ഒക്കെ അരച്ച് വെച്ച് പാതിരാ വെരെ ഒറക്കെളച്ച്, പൊറത്ത്ന്ന് 'ആച്ചോ' ന്ന്ള്ള വിളീം കാതോർത്ത് കുത്തി രിക്കുമ്പൊ, മീങ്കുർവീല് പെടക്ക്ണ ബിലാലും മുജ്ജും ആരലും കട് ങ്ങാലീം കുറ്ന്തലപ്പെരലും ഒക്കെ തുള്ളിച്ചാട്ണത് കണ്ണ്ല്ങ്ങനെ കാണും..! ങ്ഹാ...ആ കാലൊക്കെ...

– ബിലാല് ന്ന് പറഞ്ഞാ എന്താ ഉമ്മുമ്മാ?

---

2. ആഗ്രഹം നിറവേറുക

3. സ്വർഗവും നരകവും നിശ്ചയിക്കപ്പെടുന്ന പാലം

– കാട്ട് കോയിക്കെന്ത് ചങ്കരാന്ത്യാ ലേ...!

– എന്താച്ചോ, ഒറ്റയ്ക്കിങ്ങനെ ചിരിക്ക്ണ്?

ഇര്ട്ടത്ത്ന്ന് ചോദ്യം കേട്ട് ഞെട്ടിച്ചാടി. പരിച്യള്ള കൂറ്റാണല്ലോ!

– ഓരോന്ന്ങ്ങനെ ബിചാരിച്ച് പോയതാ. ങ്ങള്.. ഇഞ്ഞ്യൊന്നങ്ങട്ട് അപ്രത്ത്ക്ക് കടത്തിത്തന്നാണീം...

ഒര് കാലടി അടത്ത്ക്കൂടെ പോണത് പോലെ. ഈ തള്ള പറഞ്ഞതൊന്നും കേട്ട്ക്കൂലാ. തെരക്കല്ലേ എല്ലാർക്കും... ന്നാലും ആ കൂറ്റ് കേട്ടപ്പൊ നെഞ്ഞൊന്ന് കാള്യോ....?

പടച്ചോനേ, നേരാണല്ലോ ഈ പോണത്. ആ കുട്ടിക്കെങ്ങാനും.... ഇപ്പളാ നിരീച്ചത്....കുഞ്ഞിമോന് പെട്ന്നെനൊര് പനി. രോഗംണ്ടാകാൻ നേരോം കാലോം ഒന്നുല്ലല്ലോ. പണ്ടൊക്കെ എപ്പളേങ്കിലും ഒര് പനി വെര്ണത് എന്ത് തൃപ്പത്യായിനു! പൊതപ്പിനുള്ളില് കയറിക്കൂടി ചേരട്ടനെപ്പോലെ ചുര്ണ്ട് കെടക്ക്ണതിന്റൊര് സൊകം! ഇപ്പൊ പനീന്ന് കേക്ക്മ്പൊത്തന്നെ പേട്യാ....

കുഞ്ഞിമോനൊര് പാരസെറ്റാമോള് വാങ്ങിക്കൊണ്ടരാൻ പോന്നതാണ്. ഓന്റെ ഉമ്മാക്ക് പോന്നാമത്യൈനു, ഇര്ട്ടത്ത് നടക്കാങ്കയ്യാത്ത ഈ തള്ളനെ എടങ്ങേറാക്കാൻ നിക്കാതെ. ഓക്കെന്ന് കുട്ടിനെ നോക്കാൻ നേരംണ്ടോ, ചമഞ്ഞൊരുങ്ങി നടക്കാനും ടി.വി ന്റെ മുമ്പില് തങ്കരക്കാനല്ലാതെ...? അങ്ങന്യെല്ല, കെട്ട കാലാണ്. ഓളോട് ഈ മുച്ചന്തി മോന്തിക്ക് പൊറത്ത്ക്കെറങ്ങണ്ടാന്ന് പറഞ്ഞതും ഈ ഞാൻ തന്നെ...! എന്തൊക്കേണ് പറഞ്ഞത്, എന്തൊക്കേണ് പറയാത്തത്ന്ന് ചെലേ നേരത്ത് ഒരോർമീം കിട്ടൂല... ചെലപ്പൊ ഒര് ബെളിപാട് മാതിരി മനസ്സില്ക്കൊര് വെളിച്ചങ്ങട്ട് കയറി വെരും. അപ്പൊ കണ്ണാടീല് കാണ്ണ ചേല്ക്ക് കാണാനും കജ്ജും. ന്നാലോ, അപ്പൊത്തന്നെ ചോയ്ച്ചാലും ഒന്നും ഓർമീംണ്ടാകൂല. അതോണ്ടിപ്പൊ കുട്ട്യാക്ക് മക്കാറാക്കാന് വേറൊന്നും മാണ്ട...

ഇന്നെന്നെ, അയലോക്കത്തെ പുത്യേ മരോളുട്ടിനോട്, ഓക്ക് വിസേസം വല്ലതൂംണ്ടോന്ന് ചോയ്ച്ചപ്പോ ഓള് പെരും ചിറി! ഇത് കേട്ട് കുഞ്ഞിമോനും ചിറി!

നേരാന്നും കെര്തി ഞാനോളെ പള്ളമ്മക്കും നോക്കി പിന്നീം ചോയ്ച്ചു:

– ഇതെത്രേണ് മളേ....?

പെണ്ണ് പിന്നീം ചിറ്യോട് ചിറി. അന്തം ബ്ട്ട ഇഞ്ഞോട് അപ്പൊ കുഞ്ഞിമോൻ പറയ്യാ:

– ഇമ്മമ്മാ, ഇന്ന് നേരം വെളുത്തിട്ട് ങ്ങള് പയ്നാലാമത്തെ വട്ടാണോലോ താത്താനോടിത് ചോയ്ക്ക്ണത്.....

അത് കേട്ട് എല്ലാരുംപാടെ കൂട്ടച്ചിറി....

ഈ കുട്ട്യാളെ ചിറീം കളീം ഒന്നുല്ലെങ്കില് ഈ തള്ളക്ക് പിന്നെന്താ ഒര് സമാദാനം.....പടച്ചോനേ ഞ്ചെ കുട്ടിന്റെ പനി കൊറഞ്ഞ്ക്ക്ണാവോ.... ഇപ്പത്തെ പന്യൊക്കെ പേടിച്ചണം. എന്ത് പണ്ടാറാന്ന് പടച്ചോനെന്നെ തിര്യാത്ത കാലാ. കുട്ടിക്കാണെങ്കി ഇമ്മമ്മാന്ന് വെച്ചാ ജീവനാ. ചെലേ നേരത്ത് ഓന്റെ ഒരോ വിക്കറസ്സ്[4] കാണണം. പയേ ഓരോ കിസീം കേട്ട് എര്യേത്ത് പറ്റിപ്പുടിച്ച് കെടക്കുമ്പോ, റൗക്കന്റെ ഉള്ളിൽക്കൂടെ കയ്യിട്ട് ക്ള്മ്പി ഓരോ തംസയം[5] ചോയ്ക്കല്ണ്ട് ഓന്:

– ഇതെന്താ ഇമ്മമ്മാ, ഞമ്മളെ അയലോക്കത്തെ പശൂന്റെ അമ്മിഞ്ഞ മാതിരി ഒണങ്ങീക്ക്ണ്....?

ആരും ചിറിച്ച് പോകൂലേ!

– കറവ വറ്റ്യോര് പജ്ജെന്നല്ലെടാ ഇപ്പൊ ഞാനും...?

– അയ്യ്യേ...! അല്ല....

– പിന്നെ ഞാനെങ്ങനേപ്പൊ അനക്ക് ആകണ്ടേ്യദ് ഞ്ഞി....

– ഇമ്മമ്മ.... സാനിയനെപ്പോലെ ആയാമതി....!

– ഏദ്? ടീവീലൊക്കെ പന്തും തട്ടി തുള്ളിച്ചാട്ണ ആ സുന്ദരിപ്പെണ്ണ് നെപ്പോലേ...?

– ഊം!

അത് പറീമ്പൊ എന്തെയ്നോന്റൊര് റങ്ക്!!

– ചെലക്കാണ്ടിര്ന്നൊ ബലാലേ ജ്ജ്. ഉണ്ണീന്ന് വിരിഞ്ഞിട്ടില്ല, ഓന്റൊര് പൂതി നോക്കാണീംങ്ങള്. കുര്ത്തക്കേട് പറയാതെ, മുണ്ടാതെ കെടന്നൊ റങ്ങിക്കോ ജ്ജ്....

ഇഞ്ഞെ ബല്യെ പേട്യാ. ഒറക്കനെ ഒന്നൊച്ചട്ടാല് പിന്നെ മുണ്ടൂല. മാറത്ത് പറ്റിച്ചേർന്ന് മുണ്ടാതെ കെടക്കും, പാവം.

ഉടുവട മുയ്വനൂല്ലാത്ത ഈ ജാതി കളികള് ടീവീല് കാണാൻ തൊടങ്ങ്യേപ്പൊ മൊതല് എട്ടും പൊട്ടും തിര്യാത്ത കുട്ട്യാളു കൂടി കേട് വന്നൂന്ന് പറഞ്ഞാ മത്യേലോ....പണം, പണംന്നല്ലാത്തൊര് വിചാരംണ്ടോ മന്സന്. പടച്ചോനെ വെറ്പ്പിച്ചിട്ടായാലും പണോം പത്രാസൂണ്ടായാ മതി. മരിച്ച് പോണംന്ന് യാതോര് ബിചാരോംല്ലാത്ത കൂട്ടര്...

റഹ്മാനേ, എബ്ട്ന്നാണൊര് വള കില്ക്കം. തുള്ളിച്ചാട്ണ ആ സുന്ദരിപ്പെണ്ണിനെപ്പറ്റി നിരീച്ചപ്പളാണല്ലോ ഇത് കേക്കാന്തൊടങ്ങ്യേത്!

4. വികൃതി

5. സംശയം

ഇതെന്ത് കുദ്റത്താണ്[6] തമ്പുരാനേ...!? സുബഹിക്കാണല്ലോ ആ നഗാരടിച്ച്ണ്... കണ്ണിലെന്താണ് റബ്ബേ ഈ പൂക്ക്ണത്...!! എബ്ട്ന്നാണാ മൂളിപ്പാട്ട് കേക്ക്ണത്...

പുല്ലങ്കോടെസ്റ്റേറ്റില് നെരക്കെനെ നിന്ന് കച്ചറപ്പണ്യെട്ക്ക്ണ പെണ്ണ്ങ്ങളെര്യെത്ത്, ആടിനീം നോക്കി, മൂളിപ്പാട്ടും പാടി നടക്ക്ണ പെണ്ണ്ന്റെ കജ്ജ്മ്മന്നാണല്ലോ ആ വളകില്ക്കം...! ഓന്ത് ചോര കുടിക്ക്ണ ചേല്ക്ക് ആരൊക്കേ ഓളെ ചെരിഞ്ഞും പാളീം നോക്ക്ണൂംണ്ട്...!

അരച്ചുരുട്ട്യെ ചേല്ക്ക്ള്ള കജ്ജ്മ്മല് മുട്ടോളം കുപ്പിവള. കാതില് ലോലാക്ക്. അരേല് വെള്ള്യരഞ്ഞാള്. വെള്ളക്കാച്ചീം പുള്ളിത്തട്ടോം. വയസ്സ് പന്ത്രണ്ടേ ആയിട്ടുള്ളൂന്ന് കണ്ടാ പറ്യൊ! ആര് കണ്ടാലും ഒന്ന് നോക്കാതെ പോകൂംല്ല! അന്നൊക്കെ, കുഞ്ഞിമോൻ പറഞ്ഞ ആ കളിക്കാരത്തിപ്പെണ്ണിനെക്കാട്ടിലും പത്തെരട്ടി മൊഞ്ച്ണ്ടായിനു...! പെരപണ്യെറങ്ങ്ണ സഥലത്തായതോണ്ട് ഓളെ ഒപ്പം കൊണ്ടേയാലേ ഇമ്മച്ചിക്ക് സമാദാനാകൂ. പേരിന് തോട്ടപ്പണീല് ഇമ്മച്ചിനെ സഹായിക്കൂം ചെയ്യാ, ആടിനീം നോക്കാലൊ...!

സുബഹിക്ക് നഗാര[7]ടിക്കുമ്പോത്തിന് ഇപ്പച്ചിക്ക് സുലൈമാനിണ്ടാക്കി കൊട്ക്കണം. അത് കുടിച്ച് റാഹത്തായി ബേണം മൂപ്പര്ക്ക് എന്നും ടേപ്പിംങിന് പോകാന്. പിന്നെ നിസ്ക്കരിച്ച്, കുളിച്ചൊര്ങ്ങി, ഇമ്മച്ചിന്റൊപ്പം എസ്റ്റേറ്റില്ക്ക് പോകാന്ള്ള ബേജാറായി...!

ആളും മന്സ്സനും അധികല്ലാത്ത പാറെക്കലെത്തൊടി കയ്ഞ്ഞ്, ബംഗ്ലാവുംകുന്നും കയറിമറിഞ്ഞ് ബേണം എസ്റ്റേറ്റിലെത്താൻ. അങ്ങട്ടും ഇങ്ങട്ടും കൂടി എത്ര നടക്കണം. അതും പുള്ളിച്ച്യാടിനീം കൊണ്ട്! കണ്ണിക്കണ്ട തൊട്ടാവാടീം വയറള്ളീം ഒക്കെ തിന്നാലും ഓക്ക് തെകീല. പെരീക്കെത്തുമ്പോത്തിന് എന്നും മോന്ത്യാവും. തോട്ടപ്പണിക്ക്ള്ള ചുട്ട്രാകിയ കത്തി ഇമ്മച്ചിന്റെട്ത്ത്ള്ളതോണ്ട് ഏത് നേരത്തും പേടില്ലാതെ നടക്കാ. ന്നാലും ഒരാണിന്റെ മൊകത്ത് നേരെ നോക്കാൻ പേട്യെയ്നു. ദൂരേക്കൂടി ആരെങ്കിലും പോണത് കണ്ടാ, ചെലേപ്പളൊക്കെ കള്ളക്കണ്ണിട്ട് നോക്കും, ഇമ്മച്ചി കാണാതെ. കള്ളത്തി!

ഒരിക്കെ സൂപ്രൈസറൊപ്പം എസ്റ്റേറ്റിൽക്ക് മകനും വന്നു. മുമ്പ് ഒന്ന് രണ്ട് വട്ടം ദൂരന്ന് കണ്ടപ്പൊത്തന്നെ ഖൽബ് പെടച്ചതാണ്! പടച്ചോനോട് പോലും പറയാൻ പറ്റ്ണ കാര്യാണോ. ഇമ്മച്ച്യെങ്ങാനും അറിഞ്ഞാ, കയ്ഞ്ഞു. ഒറ്റ ബെട്ടിന് രണ്ട് കണ്ടാക്കും... അതോണ്ട്, ആരോടും

---

6. അദ്ഭുതം

7. പണ്ട് കാലത്ത് ബാങ്ക് വിളിക്കുന്നതിനു പകരം ബാന്റ് പോലെ ഉപയോഗിച്ചിരുന്ന സാധനം

മുണ്ടാതെ അവടെത്തന്നെ കുയിച്ചിട്ടു. അങ്ങനെ നിക്കുമ്പളാണല്ലൊ ഒരീസം മൂപ്പരെ മുന്നിൽത്തെന്നെ ചെന്ന് പെട്ടത്!

– ജമീലാത്താന്റെ മോളല്ലേ?

എരേ്യത്ത്[8] വന്ന് മൊഖത്ത് നോക്കി ചോദിച്ചപ്പോ, ചങ്കില് ബെള്ളം വറ്റിപ്പോയി. നെഞ്ഞ് പെടച്ചു.

ഡബ്ബർ മരത്തിന് മറഞ്ഞു നിന്ന് മുണ്ടാതെ മൊഖമനക്കി. എരേ്യ ത്തെന്നെ ഇമ്മച്ചി തോട്ടപ്പണിട്ക്ക്ണ്ണ്ട്. എന്നിട്ടും ഖൽബിലെ ദഫ് മുട്ട് പൊറത്ത് കേക്കാൻ തൊടങ്ങി.

– എന്താ പേര്....?

ഞ്ചെ റബ്ബേ, ഇതെന്തിന്ള്ള പൊറപ്പാടാണ്. ബേജാറായി തട്ടം നേരെ യിട്ടപ്പോൾ വളകളൊക്കപ്പാടെ കലപിലകൂട്ടി. മൈലാഞ്ചിട്ട് ചോന്ന വെരൽത്തുമ്പ്, അറിയാതെ കടിച്ചത് കൊറച്ച് വേദനിച്ച് പോയി!

– ആയിശ....

ബാഗ്യത്തിന് പിന്നൊന്നും ചോദിച്ചില്ല. പെണ്ണ് കാണല് അതായീ നൂന്ന്, രാത്രി ഇപ്പച്ചി വന്ന് നിക്കാഹ് ഒറപ്പിച്ച കാര്യം പറഞ്ഞപ്പളാണ് അറീണത്!

കണ്ടപോലെയല്ല, നല്ല സ്നേഹോം കെർതലൂംള്ള ആളാണ്ന്ന് കല്യാണം കഴിഞ്ഞപ്പളാണ് മനസ്സിലായത്. കണ്ടോരും കേട്ടോരും ഒക്കെ പറഞ്ഞു:

– ആയിശോ, ഇതന്റെ മഹാ ബാഗ്യാണെടീ....!

ആ പറഞ്ഞതെത്ര നേരായിനു. പൊന്നും പണോം ഒന്നും ചോദി ക്കാതെ ചെവിട്യണ്ണ് തേച്ചോര് പെരീക്ക് ആരെങ്കിലും പെണ്ണും ചോദിച്ച് വെരോ? അതും, എന്തിനും ഏതിനും നാടിനും നാട്ടാര്ക്കും വേണ്ട പ്പെട്ട ആണൊര്ത്തൻ! മൂപ്പർ കൂടെള്ളപ്പം ഒന്നിനും ഒര് പേടീംല്ലായിനു. 'ആച്ചോ,' ന്ന്ള്ള ആ ബിളി ഇപ്പളും കാതില്ങ്ങനെ കേക്കും....

മൂപ്പര് മരിക്ക്ണീന് മുമ്പൊരീസം, ഇമ്മച്ചി കിനാവില് എരേ്യത്ത് ബന്നിരുന്ന് പറയ്യാ:

– ഇമ്മച്ചിക്കവടെ ഒര് സൊകോംല്ല മളേ. അയ്നൊര് കാരണോംണ്ട്, അന്റെ ഇപ്പച്ചിനോട് ഇമ്മച്ചി പൊറ്ക്കാനാകാത്തൊര് തെറ്റ് ചെയ്ത്ക്ക്ണ്. തോട്ടപ്പണിന്റെടീല് അന്നങ്ങനെ പറ്റിപ്പോയി. അതോണ്ട് ഞ്ചെ കുട്ടി അങ്ങനത്തൊര് ചതീലും ചെന്ന് ചാടര്ത്....അന്റെ പുയ്യാപ്ലനെ ജ്ജ് എന്നും മാണിക്കക്കല്ലായി കെർതണേ....

ഓരോ കിസ്സീം പറഞ്ഞ് നേരം ബെളുക്കോളം തലീലെ ഈരും പോമ്പൊക്കെ നുള്ളി നുള്ളെ്യട്ത്തേരും. അതിന്റൊര് സൊകം! പക്കേങ്കില്,

8. അരികത്ത്

നേരം ബെളുത്ത്, നോക്കുമ്പൊ തലമുട്യാകെ തൊപ്രക്കാള്യായ്റ്റ് ണ്ടാകും! തണ്ത്ത ബെള്ളം തലീക്കൂടെ മുക്കിപ്പാരുമ്പോ ഹെന്തൊര് നീറലാ....!

ഒര് ചതീലും ചെന്ന് ചാടീറ്റില്ല. ഇക്കാലത്തിനെടക്ക് മൂപ്പരോട് മൊഖം കറ്ത്തൊര് വാക്ക് പറയേ, കേൾക്ക്വേ, അതൂംണ്ടായിറ്റില്ല. ങ്ഹാ... ആ കാലത്തെപ്പറ്റി ബിചാരിക്കുമ്പോ ഇന്ന് മനസ്സിലെന്താണ്....? അറിയൂല, അറിഞ്ഞാത്തന്നെ പറയാന് വാക്ക്കളൂംല്ല....

ന്നാലും ഒന്നാലോചിച്ചാ ബെസമംല്ല, എല്ലാ മുറാദും നെറവേറ്റി തന്നിട്ടല്ലേ പോയത്....ഇഞ്ഞെ ഒറ്റക്കാക്കീന്ന്ള്ളത് നേരാ. ന്നാലും സ്വർഗ ത്തില് ഒരാള് കാത്തിരിക്കാന്ണ്ടാവ്ണത് ഒര് റഹ്മത്തല്ലേ....[9] പക്കേങ്കില് മൂപ്പര്ണ്ടെങ്കി മുച്ചന്തി മോന്തിക്ക് ഈ തള്ളയ്ക്ക് നട്റോട്ട്മ്മെ ങ്ങനെ നട്ടംതിര്യേണ്ടി ബെര്വോ...?

ചെലേപ്പോ വല്ലാത്തൊര് ബേജാറാണ്. ഒര് ബെസനം.... തോനെ നേരം ഇബടെങ്ങനെ നിക്കാനും പറ്റൂല. കലിപുടിച്ച മനസ്സമ്മാര് മോട്ടറ് സൈക്ക്ള്മ്മല് വന്ന് ബാളൂരി ബെട്ടിക്കൊല്ല്ണ്ണ്ടോലോ. മരിക്കാൻ ഈ തള്ളയ്ക്ക് പേടിണ്ടായിറ്റല്ല. അതീ റോട്ട്മ്മെ കെടന്ന് ബെള്ളംകിട്ടാതെ വേണ്ടല്ലോ....

ഒക്കെ ഓരോ അടയാളങ്ങള് കാട്ടിത്തെര്ാണ്. അവസാനാവുമ്പോ ത്തിന് മന്സ്സമ്മാര് മത്ത് പുടിച്ച ചേല്ക്കായിത്തീരും. തമ്മില് തമ്മില് ചേരി തിരിഞ്ഞ് ബയക്കും ബക്കാണോംണ്ടാക്കും. ദുനിയാവില് ദുരിതോം സങ്കടോം പെരുകും... ഇതെന്നല്ലേ ഇപ്പൊ നടക്ക്ണതും... മൂപ്പര്ണ്ടെ നന്ന് പറഞ്ഞീനതെത്ര നേരാ:

– ആര് ബരിച്ചിട്ടും ഒര് കാര്യോല്ല. ബരിക്ക്ണോല്ക്ക് ഒര് നെയമം. കോടതിക്ക് ബേറൊര് നെയമം. പണക്കാർക്കൊര് നെയമം. പാവത്ത്ങ്ങക്ക് ബേറൊര് നെയമം. ഇതിന്റെടീല്, അവനോന് അവനോന്റെ നെയമോം...! കാത്തിര്ന്നോട്ടെ എല്ലാരും. പടച്ചോന് ഓന്റൊരു നെയമോംണ്ട്ന്ന് എപ്പളും ഒന്നോർമിച്ച്ണത് എല്ലാർക്കും നന്നു....

നേരാണെങ്കി മഗ്രിബ്ന് ബാങ്കും കൊടുത്തു. കണ്ണീല് കണ്ണീല് പള്ള്യായതോണ്ട് ബാങ്ക് കേക്കാത്ത പേടില്ല! നാട്ടാർക്കിപ്പോ ചേരി തിരിഞ്ഞ്, തമ്മ്ത്തല്ല്ണ്ടാക്കി പള്ളി പൂട്ടിക്കാ പണി....പണ്ട് നഗാരണ്ടെ നന്ന് വല്ല്യള്ളിക്കത്തെ നഗാരടിക്ക് കാത് കൂർപ്പിച്ചിരിക്ക്ണ ഒര് കാലം ണ്ടെനി. ഇന്ന് എത്ര ഹലാക്കിന്റെ ബാങ്ക് കൊട്ത്താലും ആര് കാതോർ ക്കാനാണ്!

പടച്ചോനേ, ആ കുട്ടീം തള്ളീം അവടെ ഒറ്റക്കാണല്ലൊ...ഈ മരണ പ്പാച്ചില് നിന്ന്ട്ട് അപ്പ്രത്ത് കടക്കാങ്കയ്യുംന്ന് തോന്ന്ണ്ല്ല......

---

9. ഐശ്വര്യം

- ആച്ചോ...., എന്താണ്ജ്ജീ മുച്ചന്തിമോന്തിക്ക് ഈ റോട്ട്ന്റെ ബക്കത്തും നിന്ന് ഒറ്റക്ക്ങ്ങനെ പുറുപുറ്ക്ക്ണ്...?

ഞെ പടച്ച തമ്പുരാനേ, ആരാണത്! കേട്ട് നല്ല തയക്കള്ള കൂറ്റാണല്ലോ. അതോ, ഞ്ഞിപ്പൊ ഇതും ഈ തള്ളന്റെ ബെറും തോന്നലാണാവോ...?

- ഇവടെങ്ങനെ ഒറ്റയ്ക്ക് നിന്ന് ബേജാറാകണ്ട. ബാ, പോര്......

ആരാണ് ഇത്രക്കും ധെയ്ര്യത്തോടെ കജ്ജ്മ്മെ പുടിച്ച്ണ് റബ്ബേ....! അതോ, ഞ്ഞി കുട്ട്യാള് പറീണ മാതിരി സെരിക്കിനും പിരാന്തായോ....! ഇഞ്ഞിപ്പൊ, ന്തായാലും കാത്ത്ട്ട് കാര്യല്ല. പടച്ചോനൊന്ന് കണ്ടിട്ട്ണ്ടാവും. അതെന്നേ നടക്ക്വൊള്ളൂ. രണ്ടും കല്പിച്ച് അങ്ങട്ട് പോക്വെന്നെ...

ബിസ്മില്ലാഹി റഹ്മാനി റഹീം....[10]

10. പരമകാരുണികന്റെ നാമത്തിൽ

വികലകാണ്ഡം

തണൽ മരങ്ങളില്ലാത്ത വഴികളിലൂടെ നടക്കുമ്പോൾ, കല്ലിലും മുള്ളിലും തട്ടിവീഴാതെ, ചതുപ്പുകളിൽ പൂണ്ടുപോകാതെ, വാഹനങ്ങളുടെ തിരക്കിൽ പെട്ടുപോകാതെ ശ്രദ്ധിക്കണമെന്ന് അമ്മച്ചിയങ്ങനെ - നെഞ്ചിനുള്ളിൽ നിന്ന്- ഓർമിപ്പിച്ചുകൊണ്ടേയിരിക്കും. പോരുമ്പോൾ ഉമ്മറത്ത് അമ്മച്ചി നോക്കി നിൽക്കും. മടങ്ങിയെത്തുമ്പോഴും കൈയിൽ വിളക്കുമായി അവിടെത്തന്നെയുണ്ടാവും.

ഇത് എത്രാമത്തെ തവണയാണ്...? ഓർമയില്ല.

ഇന്ന കാലയളവിൽ സർക്കാർ സർവീസിലുണ്ടായിരുന്ന താൽക്കാലിക വികലാംഗ ജീവനക്കാരുടെ അടിയന്തിര യോഗം - പോസ്റ്റ് കാർഡുകൾ മുറയ്ക്ക് വരുന്നുണ്ട്. വികലാംഗരുടെ ജോലിക്കാര്യം പരിഗണനയിൽ- മുഖ്യമന്ത്രി. എന്നോ മറ്റോ ഒരു വാർത്തയറിഞ്ഞാൽ, സംഘടനയുടെ സെക്രട്ടറി മുജീബ്റഹ്മാന്റെ കാൽക്കൽ ഞൊണ്ടിയും മുടന്തിയും ഇഴഞ്ഞും തിരമാലപോലെ പാഞ്ഞെത്തുന്നവരുടെ എണ്ണം ഇരട്ടിയാകും.

“ഇന്യെന്താ സാറേ ചെയ്യേണ്ടത്...?”

“എവടേണ് ഞ്ഞി പോണ്ടത്...?”

ലോക വിജ്ഞാനമില്ലാത്ത പാവങ്ങളുടെ നൂറ് നൂറ് വേവലാതികളിലേക്ക് സെക്രട്ടറി മുജീബ് റഹ്മാൻ തന്റെ മുറിക്കയ്യ് എളിയിൽക്കുത്തി ഗൗരവപ്പെട്ട് ഒരു നില്പുണ്ട്:

“നിങ്ങളിങ്ങനെ ബേജാറായിട്ട് ഒര് കാര്യോംല്ല. ഓഡറ് എറങ്ങാതെ ഞമ്മക്കെന്താണ് ചെയ്യാമ്പറ്റ്വാ...?”

ഉടഞ്ഞു ചിതറുമെങ്കിലും ബാക്കിയാവുന്ന ഒരു നുള്ളു പ്രതീക്ഷയുടെ കരുവാളിപ്പുമായി വീണ്ടും നിസ്സഹായതയുടെ തീക്കടലിലേക്ക്.

സ്വന്തമായി ഓഫീസോ, റൂമോ ഇല്ലാത്ത സംഘടനയ്ക്ക് ഹോട്ടൽ ഹാളിന്റെ വാടക കൊടുക്കാനും ചായയ്ക്കും ബിസ്ക്കറ്റിനും ഒക്കെയായി എല്ലാ യോഗങ്ങളിലും പിരിവുണ്ടാകും.

ഉറുമ്പ് അരിമണി കൂട്ടിവെക്കും പോലെ അമ്മച്ചി ഒരുക്കൂട്ടിവെച്ച കാശ് എണ്ണിപ്പെറുക്കി കൈ നീട്ടി വാങ്ങുമ്പോൾ കണ്ണിലെ ലാവയുരുക്കം അമ്മച്ചിയറിയാതിരിക്കാൻ പെടുന്ന പാട്.

കഴിഞ്ഞ യോഗത്തിൽ എടുത്ത തീരുമാനത്തിന്റെ ആശാവഹമായ പ്രാർത്ഥനയുണ്ട് ഇന്ന്. ഗൂഢസ്വഭാവമുള്ള ഒരു യോഗമായിരുന്നു അത്. കാര്യങ്ങൾ സുഗമമായി മുന്നോട്ടു പോകണമെങ്കിൽ, ജോലിയുടെ രേഖകളടങ്ങുന്ന ഫയലുകൾ മുഖ്യമന്ത്രിയുടെ മേശപ്പുറത്തെത്തിക്കാൻ വെച്ചു താമസിപ്പിക്കുന്ന ഉദ്യോഗസ്ഥന്മാരെയാണത്രേ ആദ്യം കാണേണ്ടത്!

“പക്ഷേ, സംഗതി ഇര് ചെവ്യ്ര്യാമ്പാടില്ല... ഞമ്മള് സ്വകാര്യായ്ട്ട് ചോർത്ത്യെ വിവരാണ്... അതോണ്ട് ഞമ്മളോരോർത്തരും ഒര് അയ്യായിരം വെച്ച് എത്രീം വേഗം...”

തുക കേട്ടുള്ള ഞെട്ടൽ ഓരോരുത്തരുടെയും മുഖത്ത് പ്രതിഫലിച്ചിരുന്നുവെങ്കിലും ബ്ലേഡ്കാരിൽ നിന്ന് വായ്പയെടുത്തും ബന്ധുക്കളിൽ നിന്ന് കടം മേടിച്ചും വീട്ടിൽ അരുമയായി വളർത്തുന്ന നാൽക്കാലിയെ വിറ്റും പണ്ടം പണയം വെച്ചുമൊക്കെ ഭൂരിഭാഗംപേരും കാശ് കൊടുത്തു.

“ഈശോ നിന്നെ രക്ഷിക്കും മോനേ...”

നനഞ്ഞ കണ്ണുകളോടെയാണ്, അപ്പച്ചൻ കപ്പ മറിച്ചുവിറ്റ കാശു കൊണ്ട് വർഷങ്ങൾക്കുമുമ്പ് പണിയിച്ചുകൊടുത്ത മാല അമ്മച്ചി ഊരിത്തന്നത്.

കഴിഞ്ഞതിന്റെ പിറ്റേ വർഷം എല്ലാം ശരിയായി വന്നതായിരുന്നു. ഓർഡർ ഇറങ്ങുന്ന തീയതി വരെ. അങ്ങനെയിരിക്കയല്ലേ സൗരോർജ്ജം സരിതോർജ്ജമായി മാറുന്ന പുതിയ രാഷ്ട്രീയ പ്രശ്നങ്ങൾ തല പൊക്കിയത്.

“ജോസേ, നീ രാഷ്ട്രീയക്കാരെ ആരെയെങ്കിലും പിടിച്ചാലേ കാര്യം നടക്കൂ...” പലരും പറഞ്ഞു.

“ആയ്ക്കോട്ടെ പിടിച്ചുകളയാം.” എന്ന് ജോസും പറഞ്ഞു.

മൂന്നുകാലിൽ നടക്കുമ്പോൾ ഇതിന് വളരെ എളുപ്പമാണ്. വടിയൊന്ന് ആഞ്ഞൂന്നിയാൽ വലത്തോട്ട് അല്പം ചായാം. ഊന്നലിന്റെ ആക്കമിത്തിരി കുറച്ചാൽ ഇടത്തോട്ടും! ഇതിനു രണ്ടിനുമിടയിൽ ബാലൻസ് ചെയ്താൽ, അല്പം പ്രയാസപ്പെടുമെങ്കിലും മധ്യത്തിലും നിൽക്കാം. കാര്യസാധ്യമാണല്ലോ പ്രധാനം!

അപ്പച്ചന് പരിചയമുള്ളൊരു എം.എൽ.എയുടെ കത്തും മേടിച്ചോണ്ട് മന്ത്രി സൗധത്തിനുമുമ്പിൽ മുടന്തിയെത്തുമ്പോൾ. അവിടെ ആകുലതകൾ

നിറഞ്ഞ മുഖങ്ങളുമായി ഒരുകൂട്ടമാളുകൾ. എല്ലാവരുടെയും പിറകിലായി ഊഴവും കാത്ത് നിമിഷങ്ങളെണ്ണുമ്പോൾ, അല്ലെങ്കിലും ഇത്തരം കാര്യങ്ങളിലൊക്കെ താൻ പണ്ടേ പിറകിലേക്കാണല്ലോ എന്ന് വെറുതെ...

മിക്കവരും പോയി, കലമ്പലൊഴിഞ്ഞപ്പോൾ മെല്ലെയെണീറ്റ് കൊത്തുപണികളാലലങ്കരിച്ച വാതിൽക്കലേക്ക് നീങ്ങുകയായിരുന്നു. അപ്പോഴുണ്ട് മന്ത്രിയദ്ദേഹം ധൃതിപെട്ട്, ട്രിപ്പിൾ ഫൈവ് ആഞ്ഞു വലിച്ചും കൊണ്ട് പോകാനിറങ്ങുന്നു.

"ഉം, എന്ത് വേണം...?" ഗൗരവത്തിന്റെ മുരൾച്ച. കണ്ണിലും മൂക്കിലും പഞ്ഞിവെക്കാത്ത, ചുളിയാത്ത പുറംവെൺമയിൽ കുളിച്ചു നിൽക്കുന്ന ഒരു പ്രേതം തന്നെ തുറിച്ചുനോക്കുന്നതായി ജോസിനു തോന്നി. ഓർത്തപ്പോൾ ഉള്ളിൽ പൊട്ടിവന്ന ചിരിയെ അമർത്തി, കൈയിൽ കരുതിയ അപേക്ഷയുടെ കവർ ഭവ്യതയോടെ അദ്ദേഹത്തിന് നീട്ടി:

"സാർ, ഇതെന്റെ ജോലിക്കുള്ള ഒരു അപേക്ഷേണ്..."

കയ്യിലിട്ടൊന്ന് തൂക്കി, അപേക്ഷ കവറിൽ നിന്നെടുത്ത് തുടക്കത്തിലേക്കും ഒടുക്കത്തിലേക്കുമൊന്ന് കണ്ണോടിച്ചു.

"ങും..." ട്രിപ്പിൾ ആഞ്ഞുവലിച്ചൊന്ന് പുക വിട്ടു: "മുൻ സർക്കാരിന്റെ കാലത്ത് ഇങ്ങനെയുള്ളവരെ ജോലിയിൽ സ്ഥിരപ്പെടുത്തണമെന്നൊരു ഓർഡറുണ്ടായിരുന്നു. ഇപ്പോൾ അങ്ങനെയൊന്നും വന്നിട്ടില്ല. എങ്കിലും ഞാനൊന്ന് നോക്കട്ടെ...."

"സാർ, പത്രത്തില്ണ്ടായിരുന്നു...,"

"പത്രത്തിലെന്താണെടോ ഇല്ലാത്തത്....?"

അപേക്ഷ മേശപ്പുറത്തേക്കിട്ട്, അടുത്ത ട്രിപ്പിളിന് തീ പകർന്നു കൊണ്ട് ചിറകുവിടർത്തി നിൽക്കുന്ന കാറിലേക്ക്. പിന്നിൽ ചോരവെളിച്ചം കൊഞ്ഞനംകുത്തി കാറ് പാഞ്ഞുപോകുന്നത്, അടഞ്ഞ വാതിലിനു മുമ്പിലെ ശ്മശാനമൂകതയിൽ ചതുപ്പിൽ ആഴ്ന്നുപോയ മരക്കുറ്റികണക്കെ ജോസ് നോക്കി നിന്നു.

ജോലിയുണ്ടായിരുന്ന കാലത്ത് ഒരു മഞ്ഞുതുള്ളിയുടെ അഹങ്കാരം മനസ്സിലുണ്ടായിരുന്നു. ശമ്പള ദിവസം സന്തോഷം മുഴുവൻ പൊതിഞ്ഞു കൂട്ടിലാക്കി ക്ഷീണിച്ചു വീടണയുമ്പോൾ, ആർക്കൊക്കെയോ വേണ്ടപ്പെട്ട ആരെല്ലാമോ ആയിത്തീരുന്നു എന്ന തോന്നൽ അമൂല്യമായ സ്വകാര്യ സമ്പാദ്യമായിരുന്നു.

"ഇതൊന്നും വേണ്ടായിരുന്നെടാ ഇപ്പൊ...."

അരണ്ട വെളിച്ചത്തിൽ ചട്ടയും മുണ്ടും നിവർത്തി നോക്കുമ്പോൾ

അമ്മച്ചി പറയും: "നീ ചോദിക്കുമ്പൊഴൊക്കെ അഞ്ചും പത്തും എടുത്ത് തരാൻ എപ്പഴും അമ്മച്ചീടട്ത്ത് ണ്ടായീന്ന് വരില്ല..."

"സാരല്ലമ്മച്ചീ, കാശ്ണ്ടാവുമ്പൊഴല്ലേ ഇതൊക്കെ നടക്കൂ..."

അമ്മച്ചിയുടേത് ധന്യമായ ഹൃദയത്തിന്റെ ഒരു ചെറുപരിഭവം മാത്രമാണ്. അപ്പച്ചൻ അങ്ങനെയല്ല.

"തീർത്തില്ലേ, കിട്ടിയതൊക്കെയും മുടിച്ചില്ലേ...? ബാക്കിയൊന്നും ആർക്കുമറ്യേണ്ടല്ലോ..."

ഒരൂക്കിനങ്ങു പറയുന്നുവെന്നേയുള്ളൂ. ഉള്ള് ശുദ്ധമാണ്. അല്പം കഴിഞ്ഞാൽ തണുക്കും.

"ഈ അപ്പച്ചന് ചാച്ചനെന്ത് മേടിച്ചാലും ദേഷ്യവാ...." ചുരിദാറണിഞ്ഞ് കണ്ണാടിയുടെ മുമ്പിൽ നിന്ന് ചാഞ്ചാടുന്ന അനുജത്തി.

അപ്പച്ചനെ പറഞ്ഞിട്ടും കാര്യമില്ല. മൂത്ത രണ്ട് ചേച്ചിമാരെയും കെട്ടിച്ചയച്ചതിന്റെ ക്ഷീണം ഇപ്പോഴും തീർന്നിട്ടില്ല. അപ്പോഴേക്കും അടുത്തത് നെഞ്ചിലെ തീയായി വളരുന്നു. ആകെയുള്ള ആൺതരി നായയ്ക്കും നരിക്കും കൊള്ളാതെ, ഇങ്ങനെയുമായിപ്പോയില്ലേ...

മൗനം നെഞ്ചിലിട്ട് വിങ്ങുമ്പോൾ, ഓട്ടയായ നെഞ്ചിലൂടെ മഞ്ഞുതുള്ളി ആവിയാവുമ്പോൾ, ചുമരിൽ മുൾക്കിരീടവും ചുമന്ന് ചോര പൊടിഞ്ഞു നിൽക്കുന്ന കർത്താവിന്റെ കാൽചുവട്ടിൽ മരവിച്ചു നിൽക്കും. അപ്പോൾ ജീവനുള്ള ഹൃദയത്തിൽ നിന്നാരോ മന്ത്രിക്കും. ഇതൊന്നും ഒന്നുമായിട്ടില്ല. കിട്ടിയതൊന്നും ആർക്കും ഒന്നിനും തികയുന്നില്ല....

ഇന്ന് ഒന്നു പുറത്തിറങ്ങണമെങ്കിൽ, അമ്മച്ചി ചില്ലറയിട്ടു വെക്കാറുള്ള ചളുങ്ങിയ അലുമിനിയപ്പാത്രത്തിൽ തപ്പണം...

"ന്റുട്ടി ജോലിക്ക് പോകാവും ലേ...?" കുറുമ്പ! അരികിൽ വന്ന്, വെറ്റിലക്കറ പുരണ്ട പല്ലുകൾ മുഴുവൻ വെളിയിൽ കാട്ടിയാണ് ചോദ്യം.

"അല്ല കുറുമ്പേ..., മലപ്പുറം വരെയൊന്ന് പോണം..."

"അപ്പൊ ന്റുട്ടിക്കൊര് ജോലിണ്ടെനല്ലോ...."

"അത് ആറ് മാസത്തിനല്ലേ. അത് കഴിഞ്ഞിട്ടിപ്പോ കൊല്ലം രണ്ട് കഴിഞ്ഞു. ഇനി കിട്ടീട്ട് വേണം കുറുമ്പേ..."

കുറുമ്പയ്ക്ക് വിശ്വാസം വരാത്ത പോലെ. ഇപ്പോൾ ആ മുഖത്ത് പുഞ്ചിരിയില്ല. തനിക്ക് ജോലിയില്ലാത്തതിൽ എത്ര പേർക്കാണ് സങ്കടം! പകുതി ജീവനില്ലാത്ത കാലിലേക്കും വടിയിലേക്കും കരുണയോടെ

തൊട്ടു നിൽക്കുന്ന ദൈവത്തിന്റെ ഈ കണ്ണുകളെ, പലപ്പോഴും ഉള്ളിലെ മുറിവറിയിക്കാതെ വിഷയം മാറ്റേണ്ടി വരും.

"കുറുമ്പ എന്താണിപ്പോ വീട്ടിലൊന്നും വരാത്തത്..."

"മെരണം മെരണംന്ന് കെർതാഞ്ഞിറ്റല്ല കുട്ട്യേ...(കുറുമ്പ വ എന്നതിന് പകരം മ എന്നാണ് പറയുക) ഒയിവ് കിട്ടണ്ടേ... ന്റുട്ടിക്ക് മേഗം ജോലി കിട്ടട്ടേ. അമ്മച്ചിനോട് പറ്യോണ്ടീം ഞാൻ മെരണ്ട്ന്ന്..."

കുറുമ്പയ്ക്കും നേരമില്ലാത്ത കാലമായിരിക്കുന്നു...!

ബസ്സിൽ നല്ല തിരക്കുണ്ട്. അധികാരഭാവത്തിൽ സുഖിച്ചിരിക്കുന്നവർക്ക് തൂങ്ങിപ്പിടിച്ച് നിൽക്കുന്നവരോട് ഒരുതരം പുച്ഛംപോലെയാണ്. ആയാസപ്പെട്ട് നിൽക്കുന്നവരോട് ഇരിക്കുന്നവർക്ക് ഒടുക്കത്തെ കുനിഷ്ടും! വികലാംഗന്റെ ചോരകൊണ്ടെന്നപോലെ സൈഡിൽ എഴുതിവെച്ച ഹാൻഡികാപ്പ്ഡ് എന്ന എഴുത്തിലേക്ക് ഒരവകാശഭാവത്തോടെ കണ്ണുകൾ ചാഞ്ഞു.

ആരോഗ്യവാനായൊരു കാരണവരും സുമുഖനായൊരു ചെറുപ്പക്കാരനുമാണ് ആ സീറ്റിൽ. പരിചയക്കാരാണെങ്കിൽ ഉള്ളിലെ പ്രാക്ക് ഒരു പുഞ്ചിരിയിൽ ഭംഗിയായി മറച്ച് എണീറ്റു തരും. നിൽക്കുമ്പോഴുണ്ടായിരുന്ന കഷ്ടപ്പാട് ഇരിപ്പിടംകിട്ടിയ ആശ്വാസത്തിൽ സൗകര്യപൂർവ്വമങ്ങു മറന്നുപോകും. ഇരിപ്പിടമുള്ളവരാരും ഇരിപ്പിടമില്ലാത്തവരെപ്പറ്റി തലപുണ്ണാക്കാൻ ഇഷ്ടപ്പെടില്ലല്ലോ. ലക്ഷ്യത്തിലെത്തിയാലും സ്ഥാനമൊഴിയുന്നതിനെക്കുറിച്ചേ മനുഷ്യന് ഉത്ക്കണ്ഠയുള്ളൂ.

വൈകല്യമുദ്ര കീശയിലുണ്ടെങ്കിലും ആരെയും ദ്രോഹിക്കാതെ സ്വയം ഒഴിവാകാറാണ് പതിവ്. ഇന്നിപ്പോൾ, കഴിയുമെന്ന് തോന്നുന്നില്ല, ദീർഘദൂരമാണ്...

"അല്പമൊന്ന് നീങ്ങിയിരിക്കാമോ...? കാലിന് നല്ല സുഖമില്ല...."

മനമില്ലാമനസ്സോടെ, ഇരുവരോടുമാണ് പറഞ്ഞതെങ്കിലും, ചെറുപ്പക്കാരനെയാണ് നോട്ടമിട്ടത്.

"ബികലാങ്കൻമാരെ സീറ്റാണത്... നീച്ച് കൊട്ത്തളീം..." പിന്നിൽ നിന്ന് ചേതമില്ലാത്തൊരാ് ഔദാര്യത്തിന്റെ അമ്പെയ്ത്ത്. ചെറുപ്പക്കാരൻ ഒന്നു കൂർപ്പിച്ചു നോക്കി, പിന്നെ യാതൊരു ഭാവഭേദവും പ്രകടിപ്പിക്കാതെ മുഖം തിരിച്ചപ്പോൾ തന്റെ നിസ്സാരത ഒരിക്കൽകൂടി തിരിച്ചറിഞ്ഞു.

അറിയാതെ മുഖം ചെമന്നു. വേണ്ട. ഇങ്ങനെ എത്രയോ മുഖങ്ങൾ ഇനിയും കാണാനുള്ളതാണ്. ഓരോരുത്തർക്കും അവരവരുടെ സംസ്കാരമല്ലേ വെളിപ്പെടുത്താൻ കഴിയൂ. കാരണവരുടെ കണ്ണുകളിൽ നിന്ന്

സംശയത്തിന്റെ ശൂലമുനകൾ ഇറങ്ങി വന്ന് തൂങ്ങിയാടുന്ന പാന്റും തുളച്ച് ശുഷ്കിച്ച കാലിലെ പച്ചമാംസത്തിലേക്ക് ആഴ്ന്നിറങ്ങുന്നു.

"ഞാൻ നീച്ച് തെരാ, ഇജ്ജ് ഇര്ന്നോ..." അത്ര പ്രകടമാവാത്ത വൈകല്യത്തിൽ തൃപ്തി വരാത്തപോലെ, ഒരു പകപോക്കലിന്റെ ഭാവത്തിലാണ് അയാളെണീറ്റത്...

"കാക്കാ, നിങ്ങളെണീക്കണ്ട, എനിക്കീയറ്റത്ത് ഒരിത്തിരിയിടം മതി. ഒന്ന് നീങ്ങിയിരുന്നാൽ നമുക്ക് മൂന്നുപേർക്കും..."

"മാണ്ട.... കജ്ജും കാലും ല്ലാത്തോല് ഇര്ക്കട്ടെ. നിക്കാൻ കയ്യ്ണാള് ഞാനല്ലേ. ഞാൻ നിന്നോളാ..."

ഈശോയെ ധ്യാനിച്ചുപോയി. കണ്ണിൽ എരിയൻ വീണപോലൊരു നീറ്റൽ. ഇന്നേ വരെ മുഖം കറുത്തൊരു വാക്ക് ആരോടും പറഞ്ഞിട്ടില്ല. എല്ലാം ഏറ്റുവാങ്ങിയിട്ടേയുള്ളൂ. ഇനിയും എന്തൊക്കെ കേൾക്കാനുള്ളതാണ്...

തനിക്കായി ഒഴിഞ്ഞുകിടക്കുന്ന സീറ്റിൽ ഒരു ശവത്തിന്റെ പുറത്തെന്നപോലെ ഇരിക്കുമ്പോൾ, പലപ്പോഴും അമ്മച്ചിയോട് ചോദിക്കാനാഗ്രഹിച്ചതും ഇതുവരെ ചോദിച്ചിട്ടില്ലാത്തതുമായ ഒരു ചോദ്യം കണ്ണിൽ ചോരയായി പൊടിഞ്ഞുവന്നു. അമ്മച്ചീ, അന്ന് തളർന്ന കാലൊന്നനക്കാനാവാതെ തൊള്ളക്കീറി കരഞ്ഞ ഈ മുടക്കിന്റെ ചങ്കിൽ കനിവോടെ ഒരൊറ്റ ഞെക്ക്. തീർത്തൂടായിരുന്നോ...? എന്തിനിങ്ങനെയൊരു...

അടുത്തിരുന്ന ചെറുപ്പക്കാരൻ അയിത്തം തീണ്ടിയവനെപ്പോലെ അല്പം കൂടി അരികിലേക്ക് ഒട്ടിയിരുന്നപ്പോൾ, കലങ്ങിയ നെഞ്ചിൽ കുരിശുവരച്ചുകൊണ്ട് ഓർത്തുപോയി: ഇരുളടഞ്ഞ ഈ ലോകത്തിന്റെ ഹൃദയമില്ലാത്ത വഴികളിലൂടെ ഒരധികപ്പറ്റായി അന്ത്യനാൾ വരെ തട്ടിത്തടയാനായിരിക്കുമോ കർത്താവേ....

ടിക്കറ്റെടുത്താലേ മനസ്സിനൊരു സമാധാനമുള്ളൂ. കണ്ടക്ടർമാരുടെ കൂർത്ത നോട്ടം അസ്ഥി തുളച്ചു കളയും. പാസ്സ് പറഞ്ഞ് കാശ് നീട്ടി.

"എന്ത് പാസ്സ്...?" അയാളുടെ മൂർച്ചയേറിയ നോട്ടം നേരെ കാലിലേക്ക്.

"ഹാൻഡിക്കാപ്പ്ഡ് പാസ്സ്.."

"പാസ്സ്ണ്ടോ...?"

"നോക്കി പേടിപ്പിക്കല്ലെ മാഷെ, പാസ്സ്ണ്ട്..." പറയണമെന്ന് തോന്നിപ്പോകും. പറഞ്ഞിട്ടില്ല, ഇതുവരെ. പാസെടുത്ത് കാണിച്ചു. പുച്ഛത്തോടെ അതൊന്ന് നോക്കിയിട്ട് തിരിച്ച് മടിയിലേക്കിട്ടു തന്നു. ഇതും പ്രതീക്ഷിച്ചത് തന്നെ...

ഇപ്പോൾ ഒരു യുദ്ധം കഴിഞ്ഞപോലെ മനസ്സ് ശാന്തം. ഇറങ്ങാനാവും വരെ ഇനി സ്വൈരമായി മനോവിചാരം കാണാം! ഒരു മുടന്തന് എന്ത് കിനാവ് കാണാനാണ് എന്നല്ലേ...? മനുഷ്യനായിപ്പോയില്ലേ ചങ്ങാതീ, ചില നേരത്ത് മനസ്സിലേക്ക് ഓരോ നിറങ്ങളൊക്കെ കടന്നു വരും...

വൈകുന്നേരം വരെ അപ്പച്ചന്റെ കൂടെ തൊടിയിലോരോ പണി ചെയ്ത് ക്ഷീണിച്ചു വീടെത്തുന്ന അമ്മച്ചി, ചിലപ്പോഴൊക്കെ വിവാഹ ക്കാര്യവും എടുത്തിടും.

“നീയൊരു പെണ്ണിനെ കൊണ്ടുവന്നാ അമ്മച്ചിക്കിങ്ങനെ കഷ്ടപ്പെട ണോടാ....?”

“എനിക്കെവിട്ന്ന് പെണ്ണ് കിട്ടാനമ്മച്ചീ...?” കയ്യിലെ വടി കാണിച്ച് അമ്മച്ചിയോട് ചിരിക്കും.

“ഒന്ന് പോടാവ്ട്ന്ന്... നിന്നെക്കാൾ കുഴപ്പമുള്ളോർക്ക് പെണ്ണ് കിട്ടു ന്നില്ല്യോ...?”

“ണ്ടായ്രിക്കും...” വാക്കുകൾ മുറിയുമ്പോൾ മനസ്സിലെവിടെയോ ഒരുണക്കമരം ഒറ്റയ്ക്ക് ആകാശം നോക്കും. പെണ്ണ് കിട്ടുമായിരിക്കും. പക്ഷേ, ഈ മൂന്നാം കാലിനെ കളങ്കമറ്റു പ്രണയിക്കാൻ ഏത് പെണ്ണി നാണ് കഴിയുക? എല്ലാമറിയാമായിരുന്നാലും മനസ്സിലേക്ക് മാലാഖ യുടെ മുഖമുള്ള ഇല്ലാത്ത ഒരു പെൺകുട്ടി കടന്നുവരും. അരുതേയെന്ന് സ്വയം വിലക്കിയിട്ടും അനുസരിക്കാത്ത ഹൃദയത്തിന്റെ പാഴ്ക്കിനാവു കളിൽ...

“വേണ്ടമ്മച്ചീ, അത് ശരിയാവില്ല....”

വടിയിൽ പിടി മുറുകുമ്പോൾ, ചുണ്ട് വിറയോലുന്നതും കണ്ണു നിറഞ്ഞുപോകുന്നതും അമ്മച്ചി കാണാതിരിക്കാനായി കർത്താവിന്റെ ചിത്രത്തിന് നേരെ മുഖം തിരിച്ചുപിടിക്കും:

“എനിക്കെന്റെയീ വടി മാത്രം മതിയമ്മച്ചീ...”

“ആളെറങ്ങണം...” അരികത്തിരുന്ന ചെറുപ്പക്കാരൻ സീറ്റിനടി യിലേക്ക് കുനിഞ്ഞ് വട്ടത്തിലുള്ള, ടയറിന്റെ രണ്ടു ചെരിപ്പുകൾ തപ്പി യെടുത്ത് കയ്യിലിട്ട്, കമ്പിയിൽ ചാരിവെച്ച വടി തട്ടിമാറ്റി, നാലുകാലിൽ ബസ്സിൽ നിന്നിറങ്ങിയപ്പോൾ ഞെട്ടലോടെ (ആഗ്രഹമില്ലാഞ്ഞിട്ടും) ഓർത്തുപോയി. വർഗ്ഗസ്നേഹമില്ലാത്ത പന്നി...

ഹോട്ടൽ ഹാളിലെത്തുമ്പോൾ യോഗം തുടങ്ങുന്നേയുള്ളൂ. ആശാ വഹമായ മിഴികളോടെ സംഘടനാ നേതാക്കളുടെ മുഖങ്ങളിലേക്ക്

ഈശോയുടെ വദനത്തിലേക്കെന്നോണം പ്രത്യാശപ്പെട്ട് കാതോർത്തിരിക്കുന്ന കുറെ വികലജന്മങ്ങൾ. ഒരു ആർട്ട് ഫിലിം കാണുന്ന ഗൗരവത്തിന്റെ നിശ്ശബ്ദത. സെക്രട്ടറി മുജീബ് റഹ്മാന്റെ വായിലേക്ക് മിഴിച്ചിരിക്കുന്നവരുടെ കൂട്ടത്തിൽ പിറകിലായി അല്പം ഇടംകിട്ടി.

"പ്രിയമുള്ള വികലാങ്ക ജീവനക്കാരെ..."

സെക്രട്ടറി മുജീബ് റഹ്മാൻ തന്റെ മുറിക്കയ്യ് ഡസ്ക്കിൽക്കുത്തിയെണീറ്റ്, പിന്നെയത് പിറകിലേക്ക് മറച്ചുപിടിച്ചുകൊണ്ട് ബാലൻസ് ചെയ്ത് നിന്നു:

"ഞമ്മളെ ജോലിന്റെ ഓഡറ് എറങ്ങാന്ള്ള എല്ലാ പേപ്പറും സെരിയായിക്ക്ണ് എന്നാണ് തിരെന്തോരത്ത്ന്ന് അറിഞ്ഞത്. മുഖ്യമന്ത്രി ഞമ്മക്ക് ഒറപ്പും തന്ന്ക്ക്ണ്. പക്ഷേ...,"

മുൾമുനയിൽ നിർത്തിയിട്ട് സെക്രട്ടറി ഒരുകവിൾ ചായ മൊത്തി:

"പക്ഷേ, ഞമ്മളെക്കാട്ടിലും വല്ല്യ വല്ല്യെ അന്താരാസ്ട്ര പ്രസ്നങ്ങളാണ് ഇപ്പോ സർക്കാര് നേരിട്ടോണ്ടിരിക്ക്ണത്...പീടനക്കേസ്കളും, കോയക്കേസ്കളും, രാസ്ട്രീയ തൊഴ്ത്തിൽകുത്തും, ചളിവാരിയെറിയലും ഒയിഞ്ഞ നേരംണ്ടോ...? ഹല്ല, ങ്ങളെന്നെ ഒന്നോർത്തോക്കീം..."

ഇതുവരെ മൗനംപാലിച്ചവരിൽ നിന്നും മർമരമുയർന്നു.

ചെയർമാൻ രവീന്ദ്രൻ നായർ തന്റെ ദുർബലമായ വലതുകാല് എർത്താക്കി കുത്തിപ്പൊന്തിയെണീറ്റു:

"നിങ്ങൾ ശാന്തരാവണം. ഈ പ്രശ്നങ്ങളൊക്കെ ഒന്നൊതുങ്ങും വരെ നമ്മളിനിയും ക്ഷമയോടെ കാത്തിരിക്കയാണ് വേണ്ടത്...." രവീന്ദ്രൻ നായർ പ്രതീക്ഷയുണർത്തി തുടർന്നു:

"മറ്റൊരു സന്തോഷ വാർത്ത നിങ്ങളെ അറിക്കാനുണ്ട്. നമ്മുടെ മുൻ പ്രസിഡണ്ടിന് സ്പെഷ്യൽ ഓർഡർ വഴി നിയമനം കിട്ടിയപോലെ ഇപ്പോൾ നമ്മുടെ സെക്രട്ടറി മുജീബിനും കലക്ടറുടെ നിയമനത്തിൽ സെക്രട്ടേറിയറ്റിൽ സ്ഥിരം ജോലി കിട്ടിയിരിക്കുന്നു...!"

സന്തോഷത്തോടെ തുടങ്ങിയ ചെയർമാന് പെട്ടെന്ന് വിരഹം ചങ്കിലുടക്കി: "വളരെക്കാലം നമ്മോടൊപ്പം കൂടെ നിന്ന്, എന്തിനേറെ പാർലമെന്റ് മന്ദിരത്തിനുമുമ്പിൽ നിരാഹാരം കിടന്ന് നമുക്കുവേണ്ടി മരിക്കാൻ വരെ മുതിർന്ന അദ്ദേഹത്തിന് അനുചിതമായ ഒരു യാത്രയയപ്പ് നമ്മൾ നൽകേണ്ടതുണ്ട്. അതിന് നിങ്ങളുടെ ഓരോരുത്തരുടേയും...."

ചെയർമാന്റെ സുദീർഘമായ പ്രസംഗത്തിന് ശേഷം, സെക്രട്ടറി മുജീബ് റഹ്മാന്റെ, കണ്ണു നനയുന്ന വിടവാങ്ങലിനിടയിലൂടെ അരണയെപ്പോലെ ഇഴഞ്ഞു വരുന്ന പിരിവുകാരൻ...

കാലിന്റെ പെരുവിരലിൽ നിന്ന് ഒരു വിറയൽ മുകളിലേക്ക് തിളച്ചു കയറി. രോമകൂപങ്ങളിൽ മുഴുവൻ തീക്കനൽ പൊള്ളിയുണരുന്ന പോലെ...

ഒറ്റൊറ്റ വീർപ്പിനങ്ങ് ഉയിർത്തെണീറ്റ്, കയ്യിലെ വടി സർവ്വശക്തി യുമെടുത്ത് സെക്രട്ടറി മുജീബ് റഹ്മാന്റെ കഴുത്തിനുനേരെ ചുഴറ്റി ഒരൊറ്റയേറ്.

■

www.ingramcontent.com/pod-product-compliance
Lightning Source LLC
LaVergne TN
LVHW041618070526
838199LV00052B/3190
* 9 7 8 9 3 8 7 3 3 1 0 0 6 *